ലോക ഇതിഹാസങ്ങൾ

loka ithihasangal

•

p p sathyan

•

first edition
june 2010

•

second edition
march 2013

•

third edition
march 2017

•

second impression
january 2021

•

typesetting & published
chintha publishers, thiruvananthapuram

•

cover
ambish kumar

വിതരണം

ദേശാഭിമാനി ബുക്ക് ഹൗസ്

H O തിരുവനന്തപുരം-695 035
phone: 0471-2303026, 6063026
www.chinthapublishers.com
chinthapublishers@gmail.com

ബ്രാഞ്ചുകൾ

ഹെഡ്ഡാഫീസ് ബ്രാഞ്ച് കുന്നുകുഴി • സ്റ്റാച്യു തിരുവനന്തപുരം • കെ എസ് ആർ ടി സി ബസ് സ്റ്റേഷൻ ആലപ്പുഴ • കെ എസ് ആർ ടി സി ബസ് സ്റ്റേഷൻ എറണാകുളം • മച്ചിങ്ങൽ ലെയിൻ തൃശൂർ • ഐ ജി റോഡ് കോഴിക്കോട് • മാവൂർ റോഡ് കോഴിക്കോട് • എൻ ജി ഒ യൂണിയൻ ബിൽഡിങ് കണ്ണൂർ • സെൻട്രൽ ബസ് ടെർമിനൽ കോംപ്ലക്സ് താവക്കര കണ്ണൂർ

CR - VV. 79 / 1693 / 4309
ISBN - 978-93-82808-84-8

ലോക ഇതിഹാസങ്ങൾ

പി പി സത്യൻ

ചിന്ത പബ്ലിഷേഴ്സ്
തിരുവനന്തപുരം-695 035

പി പി സത്യൻ

നിരൂപകനും പരിഭാഷകനും.

നാടകരംഗത്ത് സജീവമായി പ്രവർത്തിച്ചിരുന്നു. പന്ത്രണ്ടോളം കൃതികൾ മലയാളത്തിലേക്ക് മൊഴിമാറ്റം ചെയ്തിട്ടുണ്ട്. *വർഗീയ രാഷ്ട്രീയം* (രാം പുനിയാനി), *സ്റ്റാലിൻ ജീവിതവും ചരിത്രവും* (എം ആർ അപ്പൻ), *പ്രണയത്തിന്റെയും രതിയുടെയും മനഃശാസ്ത്രം* (സിഗ്മണ്ട് ഫ്രോയിഡ്), *യഥാർഥത്തിൽ നിലനിൽക്കുന്ന മാർക്സിസം* (ഫ്രെഡറിക് ജെയിംസൺ), *ഉത്തരാധുനികത മധ്യവർഗം ഹിന്ദുത്വം* (മീരാനന്ദ) എന്നിവയാണ് പരിഭാഷപ്പെടുത്തിയ പ്രധാനകൃതികൾ. *പ്രകൃതിയെ സ്നേഹിച്ച മഹാരഥന്മാർ* എന്ന പുസ്തകം പ്രസിദ്ധീകരിച്ചിട്ടുണ്ട്. *ഇസ്ലാം എന്റെ വീക്ഷണത്തിൽ* എന്ന പഠനത്തിന് 2000 ലെ ഇസ്ലാം സ്റ്റഡിസെന്ററിന്റെ സംസ്ഥാന അവാർഡ് നേടിയിട്ടുണ്ട്. ആനുകാലികങ്ങളിൽ എഴുതാറുണ്ട്.

വിലാസം: എഡിറ്റോറിയൽ വിഭാഗം
ചിന്ത പബ്ലിഷേഴ്സ്, ദേശാഭിമാനി റോഡ്
തിരുവനന്തപുരം - 1
ഫോൺ : 9846488631

ഉള്ളടക്കം

1

ഇലിയഡ്

ഹോമർ

വിശ്വസാഹിത്യത്തിലെ നിത്യവിസ്മയങ്ങളാണ് ഇതിഹാസങ്ങൾ. തലമുറകൾ കടന്നുപോവുമ്പോഴും ഇതിഹാസങ്ങളുടെ പാരായണസാധ്യതകൾ വികസിക്കുകയാണു ചെയ്യുന്നത്. വിശ്വസാഹിത്യത്തിൽ *രാമായണ*ത്തിനും *മഹാഭാരത*ത്തിനും സദൃശമായ സ്ഥാനമാണ്, *ഇലിയഡ്*, *ഒഡീസി* എന്നീ കാവ്യങ്ങൾക്കുള്ളത്. യവന (ഗ്രീക്ക്) ഇതിഹാസങ്ങളാണിവ. 'യവനരുടെ വാത്മീകി'യെന്നാണ് ഹോമർ വിശേഷിപ്പിക്കപ്പെടുന്നത്. അന്ധനായ കവിയായിരുന്നു, ഹോമറെന്നു പറയപ്പെടുന്നു. 'നാടോടിഗീതങ്ങളെ കോർത്തിണക്കിയവൻ' എന്നാണ് 'ഹോമർ' എന്ന നാമത്തിന്റെ അർഥം.

കോളോഫോൺ, സലാമീസ്, റോഡ്സ്, ആഥെൻസ്, ആർഗോസ്, സ്മർണാ, ഖിയോസ് തുടങ്ങിയ ഏതെങ്കിലുമൊരു നഗരത്തിലായിരിക്കണം, ഹോമർ ജനിച്ചത്. ബി സി 12 നും ബി സി 9 നും ഇടയ്ക്കായിരിക്കണം ഹോമറുടെ ജനനം.

ഏഷ്യാമൈനറിൽ സ്ഥിതിചെയ്യുന്ന 'ഇലിയം' നഗരത്തിന്റെ ഇതിഹാസമാണ്, *ഇലിയഡ്*. ഇലിയത്തിന് ട്രോയ് (Troy) എന്നൊരു പേരു കൂടിയുണ്ട്. ട്രോയിലെ രാജാവായിരുന്നു പ്രിയാം. അദ്ദേഹത്തിന്റെ പുത്രനാണ് പാരീസ്. ട്രോജൻ രാജകുമാരനായ പാരീസ് സ്പാർട്ടൻ രാജാവായ മെനിലാസിന്റെ കൊട്ടാരം സന്ദർശിക്കുകയുണ്ടായി. മെനിലാസിന്റെ പത്നിയായിരുന്നു, വിശ്വസുന്ദരിയായ ഹെലൻ (Helen). പാരീസ്, മെനിലാസിന്റെ കൊട്ടാരത്തിൽ അതിഥിയായി താമസിക്കവെ, രതിദേവതയായ അഫ്രോഡൈറ്റിന്റെ പ്രേരണയാൽ ഹെലനിൽ അനുരക്തനായി. ഹെലൻ എന്ന സൗന്ദര്യധാമത്തെ, പാരീസ് തീവ്രമായി പ്രണയിച്ചു. ഹെലനും പാരീസിനെ പ്രണയിച്ചു. ആ തീവ്രാനുരാഗം, പക്ഷേ, മൂകമായിരുന്നു, കുറെക്കാലം. അലോകസാമാന്യമായ അംഗലാവണ്യമായിരുന്നു ഹെലന്. ആ സൗന്ദര്യത്തിടമ്പില്ലാതെ ജീവിക്കാൻ കഴിയില്ലെന്നായി പാരീസ്. കൊട്ടാരത്തിലെ ഏകാന്തത ഹെലനെ വല്ലാതെ അലട്ടിയിരുന്നു. ഭർത്താവായ മെനിലാസ് സൈനികകാര്യങ്ങളിലായിരുന്നു ശ്രദ്ധപതിപ്പിച്ചത്. പാരീസ്, മെനിലാസിന്റെ കൊട്ടാരത്തിൽ കാലുകുത്തിയ ദിനം തന്നെ, ഹെലന്റെ ഹൃദയത്തിൽ സ്ഥാനംപിടിച്ചിരുന്നു. അതിമനോഹരമായ ഒരു സായാഹ്നത്തിൽ, ഹെലൻ കൊട്ടാരത്തിന്റെ മട്ടുപ്പാവിൽ വിശ്രമിക്കുകയായിരുന്നു. അപ്രതീക്ഷിതമായിട്ടാണ്, പാരീസ് അങ്ങോട്ടു കയറിവന്നത്. വെണ്ണക്കല്ലിൽ കൊത്തിവെച്ച രതിദേവതയുടെ ശിൽപ്പം പോലെ, ഹെലൻ, സ്വർണ ശിലാതലത്തിൽ കിടക്കുകയായിരുന്നു. പാരീസ്, വികാരാതിരേകത്തിൽ, ഹെലനെ വിളിച്ചു, ജന്മാന്തരങ്ങളുടെ പ്രണയഭാരം വഹിക്കുന്ന മനസായിരുന്നു, അപ്പോൾ ഹെലന്. പക്ഷേ, ഹെലൻ ഒന്നും മിണ്ടിയില്ല. വാക്കുകൾ ഒന്നും പുറത്തു വന്നില്ല. വിദൂരദേശത്തുനിന്നും തന്റെ ഭർത്താവിന്റെ അതിഥിയായെത്തിയ അന്നു തന്നെ ഹെലന്റെ മനസ്സ്, പാരീസിൽ ഉടക്കിയിരുന്നു. ഒന്നു മന്ദഹസിക്കുകപോലും ചെയ്യാൻകഴിയാതെ ഹെലൻ പാരീസിനെ നോക്കി. അവാച്യമായ ഒരു വിസ്മയഭാവമായിരുന്നു ഹെലന്. എവിടെയോ കണ്ടു പരിചയിച്ച മുഖം. കണ്ടുപരിചയിച്ചതല്ല, എതോ അബോധത്തിന്റെ ജലപ്രവാഹത്തിലൂടെ ഉതിർന്നുവരുന്ന അവ്യക്തമായ സ്മൃതികൾ. മട്ടുപ്പാവിൽനിന്നും പാരീസ് പടികളിറങ്ങി നടന്നു. താനീ കൊട്ടാരത്തിൽ വന്നത് ഹെലന് ഇഷ്ടമായില്ലെന്നുണ്ടോ. കാണുമ്പോഴൊക്കെ നിഗൂഢമായി ആ കൺപീലികൾ തന്നെ തഴുകുമെന്നല്ലാതെ ഒന്നും മിണ്ടുന്നില്ലല്ലോ രാജ്ഞി. പാരീസിന്റെ മനസ്സ് ഇളകിമറിഞ്ഞു. അയാൾ കടൽക്കരയിലേക്ക് നടന്നു. പതഞ്ഞുപൊന്തുന്ന കടൽ, സായാഹ്നം അതിമനോഹരമായിരുന്നു. ചുവന്നു തുടുത്ത പടിഞ്ഞാറൻ ചക്രവാളം. നീല മേഘങ്ങളിൽ വർണങ്ങൾ മാറി മാറി ഒഴിക്കുന്ന സൂര്യൻ. വെള്ളാരങ്കല്ലുകൊണ്ടു തീർത്ത കടൽഭിത്തികൾക്കുമേൽ

പച്ചിലച്ചാർത്തുകൾ പടർന്നു പന്തലിച്ചിരിക്കുന്നു. പുഷ്പശയ്യപോലെ മൃദുലമാർന്ന ആ ശിലാതലത്തിലിരിക്കുമ്പോൾ, പാരീസ്, ഹെലനെ ഓർത്തു, അപ്രതീക്ഷിതമായിരുന്നു അത്. പാരീസിന്, സ്വപ്നമോ യാഥാർഥ്യമോ എന്ന് തിരിച്ചറിയാൻ കഴിഞ്ഞില്ല. തന്റെ ചാരത്തു നിൽക്കുന്നു, ഹെലൻ. ഗാഢമായ ആലിംഗനത്തിൽ അവർ എല്ലാം മറന്നു. ഹൃദയവികാരങ്ങൾക്ക് വാചികഭാവം നൽകാൻ അവർക്ക് കഴിഞ്ഞില്ല. പരസ്പരം പേരുകൾ മാത്രം വിളിച്ചവർ കരം ഗ്രഹിച്ചു. തണുത്ത കാറ്റിൽ, ഹെലന്റെ സ്വർണ നിറമാർന്ന മുടിയിഴകൾ, പാരീസിന്റെ കണ്ണുകളെ ആർദ്രമായി പുണർന്നു. അവർ സമുദ്രതീരത്തു നിർത്തിയ ഒരു പായ്ക്കപ്പലിൽ കയറി നിന്നു. “ഹെലൻ നമുക്കു ട്രോയിലേക്കു പോകാം. ഇതാ നോക്കൂ, ഈ കാറ്റു നമ്മെ നയിക്കുന്നത്, പ്രണയത്തിന്റെ കൊട്ടാരത്തിലേക്കാണ്” - പാരീസിതു പറഞ്ഞപ്പോഴും ഹെലൻ ഒന്നും മിണ്ടിയില്ല. പക്ഷേ, ആ അവാച്യമായ മിഴികൾ, അവരെ തള്ളിനീക്കിയ പടിഞ്ഞാറൻ കാറ്റിനെ പഴിച്ചില്ല. ആ പായ്ക്കപ്പലിൽ, ഹെലനും പാരീസും യാത്രയായി. അവരിരുവരും ഒന്നായി മാറിക്കഴിഞ്ഞിരുന്നു.

അപ്രതീക്ഷിതമായ ഈ സംഭവം ഗ്രീസിൽ കൊടുങ്കാറ്റു സൃഷ്ടിച്ചു. സ്പാർട്ടൻ നേതാവായ അഗമെമ്നന്റെ നേതൃത്വത്തിൽ ഗ്രീക്ക് സൈന്യം ട്രോജന്മാർക്കെതിരെ യുദ്ധത്തിനു തയാറായി. അഖിലിസ്, മെനിലാസ്, ഒഡീസിയസ് തുടങ്ങിയവരായിരുന്നു, മറ്റുനേതാക്കൾ. 1200 ഓളം പായ്ക്കപ്പലുകളും ഒരു ലക്ഷത്തിൽപ്പരം സൈനികരും ട്രോയിലെത്തി. ട്രോജൻകാരും സൈനികസജ്ജരായിരുന്നു. ഗ്രീക്ക് സൈന്യം ട്രോജൻകോട്ട വളഞ്ഞു. ഒൻപത്സംവത്സരം അങ്ങനെ കടന്നുപോയി. പത്താമത്തെ വർഷത്തിലാണ് ഇതിഹാസത്തിലെ മുഖ്യ സംഭവവികാസങ്ങളുണ്ടാവുന്നത്.

അധിഷ്ഠാന ദേവതകളും (Muses) ദേവന്മാരും മനുഷ്യരും അപ്സരസുകളും എല്ലാം ഉൾക്കൊള്ളുന്ന വശ്യമനോഹരമായ കഥാപ്രപഞ്ചമാണ്, *ഇലിയഡി*ന്റേത്. സൂര്യദേവനായ ‘അപ്പോളോ’ വിന്റെ പുരോഹിതനായ ക്രൈസസിന്റെ പുത്രി ക്രൈസീസ് എന്ന ട്രോജൻ സുന്ദരിയെ യുദ്ധം നടന്നുകൊണ്ടിരിക്കെ അഗമെമ്നൻ തട്ടിക്കൊണ്ടുപോയി. ക്രൈസസ് പുരോഹിതൻ ഈ വിവരം സൂര്യദേവനെ അറിയിച്ചു. അപ്പോളോ (സൂര്യദേവൻ) ഗ്രീക്കുസൈനികർക്കിടയിൽ രോഗം വിതച്ചു. പ്രശ്നം ഗുരുതരമായപ്പോൾ ക്രൈസീസിനെ വിട്ടുകൊടുക്കാൻ അഗമെ

മ്നൻ തയാറായി. പക്ഷേ, പകരം, അഖിലസിന്റെ അടിമപ്പെണ്ണായ ബ്രൈസീസിനെ താൻ കീഴടക്കുമെന്ന് അഗമെമ്നൻ പ്രഖ്യാപിച്ചു. അപാരസുന്ദരിയായിരുന്നു, ബ്രൈസീസ്. അവളുടെ പേരിൽ അഗമെമ്നനും അഖിലിസു തമ്മിലും ഏറ്റുമുട്ടി. വാഗ്ദേവതയായ അഥീനി അവരെ തടഞ്ഞു. അഖിലിസ് ഏറെ ദുഃഖിതനായിരുന്നു. അഖിലിസിന്റെ മാതാവായ തെത്തിസ് എന്ന ജലദേവത സ്യൂസിനെ (ഗ്രീക്കുകാരുടെ പ്രധാന ദൈവം) ശരണം പ്രാപിച്ചു. തെത്തിസ്, ട്രോജൻകാരെ യുദ്ധത്തിൽ വിജയിപ്പിക്കണമെന്ന് സ്യൂസിനോട് അപേക്ഷിച്ചു. തന്റെ ഭാര്യയും കുട്ടികളുമെല്ലാം തന്നെ ഗ്രീക്കുപക്ഷത്തു നിൽക്കുമ്പോൾ, ഇഷ്ടകാമുകിയുടെ അപേക്ഷ എങ്ങനെ സ്വീകരിക്കും? എങ്ങനെ നിരാകരിക്കും? സ്യൂസ് ധർമസങ്കടത്തിലായി. അവസാനം കാമുകിയുടെ അഭ്യർഥനയ്ക്കു മുമ്പിൽ സ്യൂസ് കീഴടങ്ങി.

ഗ്രീക്കുകാരും ട്രോജന്മാരും ശക്തമായി ഏറ്റുമുട്ടി. ഈ സമയം ഈ മഹായുദ്ധത്തിനു കാരണക്കാരിയായ ഹെലൻ വിഷാദവതിയായി കഴിയുകയായിരുന്നു. ട്രോജൻ യുദ്ധത്തിൽ വിജയിക്കുന്നവരാരാണോ അവർക്കുള്ളതാണവൾ. വിശ്വൈകസുന്ദരിയായ ഹെലനെ കണ്ട് സൈനികർ അമ്പരന്നു. ആയിരക്കണക്കിനു കപ്പൽപ്പടയെ ട്രോയിക്കെതിരായി നീക്കിയ ആ മുഖലാവണ്യം കണ്ട് ആളുകൾ അമ്പരന്നു. ട്രോയിലെ രാജകൊട്ടാരത്തിന്റെ മട്ടുപ്പാവിൽ നിൽക്കുന്ന ഹെലനെ കാണ്ടാൽ സ്വർഗത്തിൽ നിന്നിറങ്ങിവന്ന അപ്സരകന്യകയാണെന്നേ തോന്നൂ. ഹെക്തർ ആയിരുന്നു ട്രോജൻ യുദ്ധത്തിന്റെ സേനാധിപൻ. ഓഡീസിയസ് ഗ്രീക്കു സൈന്യത്തിന്റെയും ഇരുസൈന്യവും തമ്മിൽ ഉഗ്രമായി പൊരുതി. അവസാനം, മെനിലാസ് വിജയം വരിച്ചെങ്കിലും പാരീസിനെ അഫ്രോഡൈറ്റ് ദേവത മഞ്ഞിൽ പൊതിഞ്ഞ് പടക്കളത്തിൽനിന്നും രക്ഷിച്ചു.

ഹെലൻ മെനിലാസിന് അവകാശപ്പെട്ടതാണെന്ന് സ്യൂസ് രാജാവ് വിധിച്ചു. സ്യൂസിന്റെ രാജ്ഞിയും പുത്രന്മാരും അതംഗീകരിച്ചില്ല. ട്രോയ്നഗരം കത്തിച്ചാമ്പലാവണമെന്ന് അവർ ആഗ്രഹിച്ചിരുന്നു. യുദ്ധം തുടർന്നു ഏനിയാസ് എന്ന ട്രോജൻ സൈനികനും ദയോമിദീസും തമ്മിൽ ഉജ്വലമായി പോരാടി. അവസാനം ഏനിയാസ് നിലംപതിച്ചു. പക്ഷേ, നേരിട്ടുള്ള യുദ്ധംകൊണ്ട് ഗ്രീക്കുകാർക്ക് ട്രോജന്മാരെ ജയിക്കാ

നാവില്ല. അങ്ങനെ ഒഡീസിയസ് എന്ന് ഗ്രീക്കുസൈനികൻ അപാരമായ ഒരു തന്ത്രം പ്രയോഗിച്ചു. ഭീമാകാരമായ ഒരു മരക്കുതിരയുടെ ഉദരത്തിൽ സായുധരായ സൈനികരെ ഒളിപ്പിച്ചു. എന്നിട്ട് മടക്കയാത്രയാണെന്ന പ്രതീതി സൃഷ്ടിച്ചു. ട്രോജന്മാർ കരുതിയത് തങ്ങൾ വിജയിച്ചുവെന്നാണ് അവർ ഭീമാകാരമായ കുതിരയെ ഗ്രീക്കുകാർ ഉപേക്ഷിച്ചതാണെന്നു കരുതി, ട്രോയ് കോട്ടയ്ക്കുള്ളിലേക്കു ഹർഷാരവത്തോടെ വലിച്ചിഴച്ചു കൊണ്ടുപോയി. എന്നാൽ അർധരാത്രി ഗ്രീക്കുഭടന്മാർ ട്രോജൻ കുതിര യുടെ ഉദരത്തിൽ നിന്നും പുറത്തിറങ്ങുകയും ഉറങ്ങിക്കിടക്കുകയായി രുന്ന ട്രോജൻ സൈനികരെ കൊന്നൊടുക്കുകയും ചെയ്തു. ശേഷം, ട്രോയ് നഗരത്തിനവർ തീകൊളുത്തി. ഇതിനകം ഹെലനെ അവർ വീണ്ടെ ടുത്തിരുന്നു.

അതിഗംഭീരമായ യുദ്ധവർണനയാണ് ഹോമറുടെ ഇതിഹാസ ത്തിന്റെ സവിശേഷത. അഖിലിസും ഹെക്ടറും തമ്മിലുള്ള യുദ്ധം *ഇലി യഡി*ലെ തുടിക്കുന്ന താളുകളാണ്. അതുപോലെ തന്നെ അത്യന്തം നാട

കീയവും കാവ്യമനോഹരവുമാണ് *ഇലിയഡി*ലെ സംഭാഷണങ്ങൾ. അഥീനി ദേവതയുടെ വഞ്ചനകൊണ്ടാണ് ഹെക്തർ വധിക്കപ്പെടുന്നത്. ഹെക്തർ മരണവേളയിൽ ഇങ്ങനെ പറയുന്നു: " എനിക്ക് താങ്കളെ നല്ല വണ്ണമറിയാം. ഇരുമ്പാണു നിങ്ങളുടെ ഹൃദയം. അപ്പോളോവിന്റെ അനുഗ്രഹത്താൽ എന്റെ സഹോദരൻ പാരീസിന്റെ കൈകൊണ്ട് നിങ്ങൾക്കിതിന്റെ പ്രതിഫലം ലഭിക്കും."

തന്റെ പുത്രനായ ഹെക്തറുടെ മരണവൃത്താന്തമറിഞ്ഞ് പ്രിയാം രാജാവ് ഏറെ ദുഃഖിക്കുന്നു. അത്യന്തം ശോകമൂർച്ചയേറിയ ഭാഗമാണ്, ഹെക്തറുടെ പത്നിയുടെ വിലാപം. ഹെക്തറുടെ മൃതദേഹം ട്രോജന്മാർക്കു വിട്ടുകൊടുക്കുന്നില്ല. *മഹാഭാരത*ത്തിലെയും *രാമായണ*ത്തിലെയും പരിമിതമായ യുദ്ധനീതിപോലും *ഇലിയഡി*ലില്ല. ഹെക്തറുടെ മൃതശരീരത്തിൽ ഓരോ യവന സൈനികനും കുത്തി പകരംപോക്കുന്നുണ്ട്. മൃതശരീരം രഥത്തിൽ കെട്ടിയിട്ട് നിലത്തിഴച്ചുകൊണ്ട് ട്രോയ് കോട്ടയ്ക്കു ചുറ്റും അട്ടഹാസങ്ങളോടെ പ്രദക്ഷിണം വെക്കുകയാണ് അഖിലിസ്. പ്രാകൃതമായ ഈ പ്രവൃത്തി അഖിലിസിന്റെ നിഷ്ഠൂരതയെ വെളിപ്പെടുത്തുന്നു.

അതുപോലെതന്നെ വികാരോജ്വലമായ ഭാഗമാണ്, ഹെക്തർ യുദ്ധത്തിനു പുറപ്പെടുന്ന ഭാഗം. അന്തിമയുദ്ധത്തിനുള്ള കാഹളം മുഴങ്ങി മാതാവിനോടും ഹെലനോടും പത്നിയായ ആന്ദ്രോമാക്കിയോടും ഹെക്തർ നടത്തുന്ന അന്ത്യഭാഷണങ്ങൾ ഹൃദയാവർജകമാണ്. ഹെക്തറുടെ പത്നി ഗോപുരമാളികയിൽ നിൽക്കുകയായിരുന്നു. താൻ അനാഥമാക്കപ്പെടുകയാണ് എന്നവൾ പറഞ്ഞു. താനും തന്റെ കുഞ്ഞും ഇനി ജീവിച്ചിരുന്നിട്ട് എന്താണുകാര്യം. പിതാവും സഹോദരന്മാരും നഷ്ടപ്പെട്ടു, ഇപ്പോഴിതാ ഭർത്താവും നഷ്ടപ്പെടാൻ വേണ്ടി പോവുകയാണ്. മിഴികളിൽ അശ്രുകണങ്ങളുമായി വിലപിക്കുന്ന തന്റെ പ്രണയഭാജനത്തോട് ഹെക്തർ പറയുന്നു: "ഒരു ഭീരുവിനെപ്പോലെ ഞാൻ യുദ്ധത്തിൽ നിന്നു പിന്തിരിയുകയില്ല. എന്റെ പിതാവിന്റെയും നാടിന്റെയും അഭിമാനം കാക്കാൻ വേണ്ടി ട്രോജൻ സൈന്യത്തിന്റെ അമരക്കാരനായി ഇഞ്ചോടിഞ്ചു പൊരുതും ഞാൻ.......... എങ്കിലും ഈ പുണ്യനഗരവും പ്രിയാമിന്റെ വംശവും ഒരു വിനാശത്തെ അഭിമുഖീകരിക്കാൻ പോവുകയാണെന്ന് എന്റെ ആത്മാവ് മന്ത്രിക്കുന്നു." എന്നാൽ ഹെക്തറുടെ മനസിനെ മഥിക്കുന്നത് ഇതൊന്നുമല്ല. ട്രോജന്മാർ പരാജയപ്പെട്ടാൽ തന്റെ പത്നി ശത്രുവിന്റെ അടിമപ്പെണ്ണായി ജീവിക്കേണ്ടി വരുമല്ലോ എന്ന ചിന്ത ആ വീരയോദ്ധാവിന്റെ മനസിൽ നീറുകയായിരുന്നു. എന്നാൽ അടരാടാതെ നിവൃത്തിയില്ല.

തന്റെ കുഞ്ഞിനെ അവസാനമായി വാരിപ്പുണരാൻ ഹെക്തർ കൈനീട്ടി. കുഞ്ഞ് പിതാവിന്റെ പടത്തൊപ്പിയും കുഞ്ചലവും കണ്ട് ഭയന്നു. അവസാനം പടത്തൊപ്പിയും മറ്റും അഴിച്ചുവെച്ച്, മകനെ എടുത്ത് ആകാശത്തിലേക്കുയർത്തിപ്പിടിച്ച്, സർവദൈവങ്ങളെയും വിളിച്ച് പ്രാർഥിച്ചു. ട്രോജൻ ജനതയെയും വംശപരമ്പരയെയും ശത്രുക്കളിൽനിന്നും

രക്ഷിക്കാൻ ശക്തിയുള്ള ഭാവി ഹെക്തറായി ഇവനെ വളർത്തണമെന്ന് പ്രാർഥിച്ചു. മനുഷ്യജീവിതം ക്ഷണികമാണെന്നും ഓരോരുത്തരുടെയും അന്ത്യം വിധികൽപ്പിതമാണെന്നും അതുകൊണ്ട് പ്രശാന്തമായ മനസോടെ ജീവിക്കണമെന്നും ഹെക്തർ പ്രാണപ്രേയസിയെ ഓർമിപ്പിച്ചു. ഹൃദയഹാരിയും കാവ്യാത്മകത കൊണ്ട് രമണീയവുമാണ് ഈ ഭാഗം. *ഇലിയഡി*ലെ മറ്റൊരു അനർഘ മുഹൂർത്തമാണ് ദയോമിദീസിന്റെ അപാരമായ സൈനികനീക്കങ്ങളുടെ വർണന. ദയോമിദീസും ട്രോജൻ സൈനികനായ ഗ്ലൗക്കസും തമ്മിലുള്ള കൂടിക്കാഴ്ചയും ഹൃദയഹാരിയാണ്. ഗ്ലൗക്കസിന്റെ ധീരോദാത്തതയും യുദ്ധപാടവവും കണ്ട് മതിമറന്ന ദയോമിദീസ് അയാളുടെ പേരെന്തെന്നും നാടേതെന്നും ചോദിച്ചറിയുന്നു. ഇതിനു ഗ്ലൗക്കസ് നൽകുന്ന മറുപടിയിതാണ്:

“മനുഷ്യജീവിതം ക്ഷണപ്രഭാചഞ്ചലമാണ്. തൈദസിന്റെ വീരപുത്രനായ താങ്കൾ എന്തിനാണെന്റെ വംശവിവരം അന്വേഷിക്കുന്നത്. വൃക്ഷങ്ങളിലെ ഇലകൾ പോലെ മനുഷ്യവംശങ്ങൾ മാറിമാറി വരുന്നു. ഹേമന്തത്തിലെ കാറ്റിൽ വൃക്ഷങ്ങളുടെ ഇലകൾ കൊഴിയുന്നു. വസന്തത്തിൽ അവ വീണ്ടും തളിർക്കുന്നു. അതുപോലെ മനുഷ്യന്റെ വംശപരമ്പരയും കൊഴിയുകയും തളിർക്കുകയും ചെയ്യുന്നു”.

എങ്കിലും ദയോമിദീസിന്റെ ജിജ്ഞാസ കെട്ടടങ്ങിയില്ല. ഉഗ്രപ്രതാപിയും ധീരനും ജ്ഞാനിയുമായ ആ യുവവീരനെക്കുറിച്ചറിയാൻ അദ്ദേഹം അതിരറ്റ അഭിലാഷം പ്രകടിപ്പിച്ചു. തുടർന്ന് ഗ്ലൗക്കസ് സ്വയം പരിചയപ്പെടുത്തി. മഹാപ്രതാപിയായ ബെല്ലറോഫോണിന്റെ പൗത്രനാണ് ഗ്ലൗക്കസ്. ആ അവസരത്തിലാണ്, ദയോമിദീസിന് പൂർവ ചരിത്രം ഓർമവന്നത്. ഒരിക്കൽ ബെല്ലറോഫോണിന്റെ അതിഥിയായിരുന്നു, തന്റെ പിതാമഹൻ. വികാരവിവശനായ ദയോമിദീസ് ആയുധം താഴെവെച്ചു തന്റെ വംശത്തിൽപ്പെട്ട ഒരാളോട് യുദ്ധത്തിനില്ലെന്ന് തീരുമാനിച്ചു. യുദ്ധഭ്രാന്തിന്റെയും പ്രതികാര ചിന്തയുടെയും കലങ്ങിമറിച്ചിലിനിടയിൽ പ്രത്യക്ഷപ്പെടുന്ന ഹൃദയസ്പൃക്കായ ഒരു ഭാഗമാണിത്. പാശ്ചാത്യ സാഹിത്യത്തിന്റെ നിത്യപ്രചോദനമാണ് *ഇലിയഡ്*. മനുഷ്യവികാരങ്ങൾ ഓളം തല്ലുന്ന കാവ്യസാഗരമാണ് *ഇലിയഡ്*. ദുരന്തകാവ്യമാണ് *ഇലിയഡ്*. ലാസ്യഭംഗിയാർന്ന വള്ളിക്കുടിലുകളും ഹരിതാഭമായ പർവതങ്ങളും പാൽനുര ചിതറുന്ന സമുദ്രതീരങ്ങളും ഗാംഭീര്യമാർന്ന പട്ടണങ്ങളും മുന്തിരിപ്പാടങ്ങളും എല്ലാം *ഇലിയഡി*നെ വശ്യമനോഹരമാക്കുന്നു. ദൈവങ്ങളെ, മനുഷ്യജീവിതത്തെ ദുരിതമയമാക്കുന്ന പ്രതിനായകന്മാരായിട്ടാണ് ഇലിയഡിൽ ചിത്രീകരിക്കുന്നത്.

ഭാവതീവ്രമാണ് *ഇലിയഡി*ലെ ഓരോ ഭാഗവും. *മഹാഭാരത*ത്തെയും *രാമായണ*ത്തെയും പോലെ തന്നെ ജീവിതത്തിന്റെ ക്ഷണികതയെയും അഭിലാഷങ്ങളുടെ നിരർഥകതയെയും *ഇലിയഡ്* സ്പഷ്ടമാക്കുന്നു. മനുഷ്യന്റെ മനസിനെ ആഴത്തിൽ അറിയാനുള്ള ജാലകം തുറന്നിടുന്ന കാവ്യവുമാണിത്. പ്രണയം, യുദ്ധം, സാമൂഹികജീവിതം, രാഷ്ട്രീയം എന്നിവയെല്ലാം ഇതു പ്രതിപാദിക്കുന്നു. ഭാവനയും യാഥാർഥ്യവും കൂടി കുഴ

ഞ്ഞുനിൽക്കുന്നതാണ് *ഇലിയഡിന്റെ* ഘടന. *മഹാഭാരതം*, *രാമായണം* എന്നീ കാവ്യങ്ങളുമായി സമീകരിക്കുമ്പോൾ, യഥാർത്ഥ്യത്തിന് കുറെക്കൂടി ഇടം നൽകുന്നതാണ് *ഇലിയഡ്* എന്നു കാണാവുന്നതാണ്. ഗ്രീക്കു രാഷ്ട്രീയ-സാമൂഹിക ജീവിതം *ഇലിയഡിൽ* ഏറെക്കുറെ യഥാർഥമായി ആവിഷ്കരിച്ചിട്ടുള്ളതായി കാണാം. പ്രണയത്തിന്റെ മദോന്മത്തമായ ഭാവ ങ്ങളിലൂടെ സഞ്ചരിച്ച് മനുഷ്യമനസിന്റെ അതിവിചിത്രതലങ്ങളെയും മന ശ്ശാസ്ത്രപരമായ സൂക്ഷ്മ സ്വഭാവങ്ങളെയും അനാവരണം ചെയ്യുന്ന കൃതിയാണ് *ഇലിയഡ്*. അതുപോലെതന്നെ എടുത്തുപറയേണ്ട ഒന്നാണ് *ഇലിയഡിലെ* കഥാപാത്രസൃഷ്ടി. വിശ്വവശ്യമായ സൗന്ദര്യത്തിന്റെ മൂർത്തിമത്ഭാവമാണ് ഹെലൻ. പ്രണയഭാവനകൾക്ക് കാന്തികമായ പ്രേരണ നൽകുന്ന ഹെലന്റെ ഹൃദയത്തിൽ മദിച്ചുയരുന്ന ഭാവങ്ങൾ

പിൽക്കാല കവികളെ ആഴത്തിൽ സ്വാധീനിക്കുകയുണ്ടായി. അനുപമ രമണീയമാണ് *ഇലിയഡിൽ* ആവിഷ്കരിക്കപ്പെട്ട മനുഷ്യബന്ധങ്ങൾ. ഏറ്റവും ആഹ്ലാദപുരസരം വെള്ളിമേഘങ്ങൾപോലെ സ്വച്ഛന്ദമായി ഒഴുകുന്ന ജീവിതത്തിനുമേൽ, ദുരന്തത്തിന്റെ കറുപ്പ് വന്നുമൂടുന്നു. സ്വച്ഛനും പ്രശാന്തവുമായ കുടുംബജീവിതങ്ങൾ വംശീയ ഭ്രാന്തിൽപ്പെട്ട് ശിഥിലമാവുന്നു. സരളവും ദീപ്തവുമാണ് *ഇലിയഡി*ന്റെ പ്രതിപാദന രീതി. പിൽക്കാല പാശ്ചാത്യ സാഹിത്യ പ്രസ്ഥാനങ്ങൾക്കെല്ലാം തന്നെ മാതൃകയാണ് ഹോമർ കൃതികൾ. ഹെക്തറുടെ മൃതശരീരത്തെ ആലിംഗനം ചെയ്ത് വിലപിക്കുന്ന ആന്ദ്രോമാക്കിയുടെ ചിത്രം അവിസ്മരണീയമാണ്. അതിരറ്റ ശോകമൂർച്ഛയാണ് ഇതിന്റെ സവിശേഷത. അതുപോലെ തീവ്രമായ നാടകീയ രംഗങ്ങൾ ഉൾച്ചേർന്നതാണ് *ഇലിയഡ്*. ഭാവഗീതവും വിലാപഗീതവും പ്രണയഭാവമുതിരുന്ന *ഇലിയഡി*ലെ കാൽപ്പനികതയും ആരണ്യകച്ഛായയിലെ ദേവവർണ്ണനകളും അനന്യ സുന്ദരമാണ്. മനോരഥ സഞ്ചാരങ്ങളിലൂടെ വികസിക്കുന്ന ദാർശനിക പ്രധാനമായ ആത്മസംവാദങ്ങൾ *ഇലിയഡി*ന്റെ മറ്റൊരു പ്രധാന സവിശേഷതയാണ്. ദുരന്തപര്യവസായിയായ (tragedy) നാടകത്തിന്റെയും സുഖപര്യവസായിയായ (comedy) നാടകത്തിന്റെയും ഇടയഗീതങ്ങളുടെയും പ്രഭവമാണ് *ഇലിയഡ്*. അങ്ങനെ നോക്കുമ്പോൾ മനുഷ്യഭാവനകളുടെ അക്ഷയ സ്രോതസായി വിരാജിക്കുന്ന കൃതിയത്രെ യവന മഹാകവിയായ ഹോമറുടെ ഈ വിശ്വവിശ്രുത സാഹിത്യ സൃഷ്ടി.

2

രാമായണം

വാത്മീകി

ലോക ഇതിഹാസങ്ങളിൽ അനശ്വരമായ സ്ഥാനം വഹിക്കുന്ന കൃതിയത്രേ, *രാമായണം*. നൂറുകണക്കിന് *രാമായണങ്ങൾ* നിലവിലുണ്ട്. ഇന്ത്യൻ സാഹിത്യത്തിൽ വിവിധ ഭാഷകളിൽ *രാമായണ*ത്തിന് പുനരാഖ്യാനങ്ങളുണ്ട്. *അധ്യാത്മരാമായണം, രാമചരിത മാനസം, കമ്പരാമായണം, ബാലരാമായണം, ശൂദ്രരാമായണം,* (ഒറിയ ഭാഷയിലെ ശൂദ്രമഹാകവി സരളദാസന്റെ കൃതി) *അത്ഭുതരാമായണം, ആനന്ദരാമായണം, ബൗദ്ധരാമായണം, ജൈനരാമായണം, ആദിവാസിരാമായണങ്ങൾ* എന്നി

വയെല്ലാം തന്നെ വാത്മീകി രചിച്ച ആദികാവ്യത്തിന്റെ പുനാരാഖ്യാന ങ്ങളാണ്. ഓരോകാലഘട്ടത്തിലും ആ കാലഘട്ടത്തിന്റെ സാമൂഹിക - രാഷ്ട്രീയ സാംസ്കാരികാവസ്ഥയ്ക്ക് അനുസരിച്ച് *രാമായണ*ത്തിന് പുന രാഖ്യാനങ്ങളുണ്ടാവുകയാണ്. ലോകസാഹിത്യത്തിൽത്തന്നെ ഒരത്ഭുത മാണ് *രാമായണം*. വിഭിന്ന വ്യാഖ്യാനങ്ങൾക്ക് വഴിതുറക്കുന്ന ആന്തരിക ഘടനയാണ് *രാമായണ*ത്തിനുള്ളത്. നൂറ്റാണ്ടുകളായി അത് വായനക്കാ രുടെ മനസിനെ അഗാധമായി സ്വാധീനിക്കുന്നു. അത് തലമുറകളുടെ വിശ്വാസ പ്രമാണങ്ങളെ രൂപപ്പെടുത്തുകയും ഊട്ടിയുറപ്പിക്കുകയും

ചെയ്യുന്നു. ഭക്തിയും ആരാധനയും സ്നേഹവും രാജധർമവും നീതി ബോധവും പ്രപഞ്ചദർശനവും രാഷ്ട്രീയപ്രമാണവുമായി ഈ മഹത്തായ കൃതി ജനങ്ങളെ സ്വാധീനിക്കുന്നു. മതവിശ്വാസ പ്രമാണങ്ങളായും ജീവി തദർശനമായും സാമൂഹിക സദാചാരസങ്കൽപ്പമായും *രാമായണ* പാഠ ങ്ങളെ ചിലർ പരിഗണിക്കുന്നു. മറ്റുചിലരാവട്ടെ അതിനെ സാമൂഹിക വ്യവസ്ഥയ്ക്കനുസൃതമായി രൂപപ്പെട്ട ഒരു സാഹിത്യകൃതിയായി പരിഗ ണിക്കുന്നു. ഒരു കാര്യം സ്പഷ്ടമാണ് അനേകം വ്യാഖ്യാനങ്ങൾക്കും വിശകലനങ്ങൾക്കും വാതിൽ തുറന്നിടുന്ന ഈ കൃതിയുടെ ആന്തരിക ലോകം അത്യുദാത്തമായ ഒരു മനുഷ്യഭാവനയുടെ സ്നേഹസ്പർശ ത്തിൽനിന്നും വിരചിതമായതാണ്. *വേദങ്ങൾ*ക്കും *ഉപനിഷത്തു*ക്കൾക്കും തുല്യമായ സ്ഥാനമാണ് ആദികാവ്യത്തിന് കൽപ്പിക്കപ്പെട്ടിരിക്കുന്നത്.

വാത്മീകിയാണ് ആദികാവ്യമെന്ന് വിശേഷിപ്പിക്കപ്പെടുന്ന *രാമാ യണ*ത്തിന്റെ രചയിതാവ്. ഒരേസമയം ഗ്രന്ഥകർത്താവും കാവ്യത്തിലെ നിസ്തുലസ്ഥാനം വഹിക്കുന്ന കഥാപാത്രവുമാണ് വാൽമീകി. താപസ നായ വാത്മീകി ഒരിക്കൽ നാരദനെ വനമധ്യത്തിൽ വെച്ചു കാണുന്നു. അദ്ദേഹം ചോദിക്കുന്നു: "കോന്വസ്മിൻ സാമ്പ്രതം ലോകേ ഗുണവാൻ കശ്ചവീര്യവാൻ" (ഇന്നു ലോകത്തിൽ ജീവിച്ചിരിക്കുന്നവരിൽ ഗുണവാനും വീര്യവാനും ധർമജ്ഞനും ആയിട്ട് ആരാണുള്ളത് എന്നറിയാൻ എനിക്ക് കൗതുകമുണ്ട്.) ഒരു മഹാപുരുഷനെക്കുറിച്ചുള്ള സങ്കൽപ്പം വാൽമീകി മഹർഷിക്കുണ്ടായിരുന്നു. പക്ഷേ, ലോകം മുഴുവൻ സഞ്ചരിച്ചിട്ടും ആ ഗുണവാനെ കണ്ടുമുട്ടാൻ കഴിയാത്ത മനോവ്യഥ അദ്ദേഹത്തിനുണ്ടാ യിരുന്നു. അത്തരമൊരു സന്ദർഭത്തിലാണ് സർവലോകസഞ്ചാരിയും

മഹോന്നതജ്ഞാനിയുമായ നാരദമുനി വാൽമീകിയെ തുണയ്ക്കുന്നത്. നാരദൻ ഇങ്ങനെ പ്രതിവചിച്ചു: "അങ്ങ് പറഞ്ഞ ഗുണഗണമൊത്തവർ ലോകത്തിൽ വളരെ അപൂർവമാണ്. എങ്കിലും ലക്ഷണമൊത്ത ഒരാളെ പ്പറ്റി പറയാം. ഇക്ഷാകുവംശപ്രഭവനും രാമനെന്ന് കീർത്തിതനും ദൃഢ ചിത്തനും മഹാവീര്യവാനും ബുദ്ധിമാനും ധർമജ്ഞനും സത്യസന്ധനും പ്രജാരക്ഷകനും ദശരഥന്റെ മൂത്തപുത്രനുമായ ശ്രീരാമൻ സർവഗുണ സമ്പന്നനാകുന്നു." ഇതുപറഞ്ഞ നാരദർ ശ്രീരാമന്റെ എഴുപതു വിശേ ഷണങ്ങൾ വിവരിക്കുന്നുണ്ട്. മാത്രമല്ല രാമന്റെ ഇതിഹാസം, നാരദർ, വാൽമീകിക്ക് സംഗ്രഹിച്ചു കൊടുക്കുകയും ചെയ്യുന്നു. ഇതുകഴിഞ്ഞ് നാരദൻ യാത്രയായി. കുറെക്കഴിഞ്ഞ് വാത്മീകി, ശിഷ്യനായ ഭരദ്വാജ നുമൊരുമിച്ച് ജാഹ്നവി നദിയുടെ സമീപമുള്ള തമസാ നദീതടത്തിലേക്ക് പോയി. അതീവ ലാവണ്യവതിയായി ഒഴുകുന്ന തമസാനദിയെ പ്രകീർ ത്തിച്ചും കൊണ്ട് ആഹ്ലാദചിത്തനായി നടക്കുകയാണ് വാത്മീകി. ഹൃദയം പെരുമ്പറ കൊട്ടുകയാണ്. എന്തെന്നില്ലാത്ത ഉന്മേഷത്താലും ആവേശത്താലും കണ്ണിണകൾ തുടിക്കുന്നു. കാരണമെന്താണ്? തന്റെ മനതാരിൽ കൊണ്ടുനടന്ന ഒരു മഹാസ്വപ്നം പൂവണിയാൻ പോവുക യാണ്. സർവ ഗുണ സമ്പന്നനായ ശ്രീരാമന്റെ ജീവിതം നാരദർ സംഗ്ര ഹിച്ചു തന്നിരിക്കുന്നു. ഇനിയത് ലോകത്തിന് പകർന്നുകൊടുക്കണം. ശിഷ്യനായ ഭരദ്വാജന്റെ കൈയിൽനിന്നും വൽക്കലം വാങ്ങി വാത്മീകി സ്നാനത്തിനൊരുങ്ങി. സ്നിഗ്ധസുന്ദരമാണ് തമസാനദി. പൂത്തുത ളിർത്തുനിൽക്കുന്ന മരങ്ങൾ നിറഞ്ഞ ഒരു പൂങ്കാവനം തന്നെയാണ് തമസാ തീരം. നദിയിൽ കുളിക്കും മുമ്പ് വാത്മീകി ആ പൂങ്കാവനത്തിൽ നടക്കാനിറങ്ങി. മധുരോദാരമായ ഒരു ശബ്ദം കേട്ടദ്ദേഹം നിന്നുപോയി. ക്രൗഞ്ചമിഥുനത്തിന്റെ കളകൂജനമായിരുന്നു അത്. ഞൊടിയിടയിൽ നീച നായ ഒരു കാട്ടാളൻ ആൺ പക്ഷിയെ എയ്തു വീഴ്ത്തി. രക്തത്തിൽ കുളിച്ച് മണ്ണിൽ വീണു പിടയുന്ന ഇണപ്പക്ഷിയെക്കണ്ട് വാത്മീകിയുടെ മനമുരുകി. അദ്ദേഹം നിഷാദനെ ഇങ്ങനെ ശപിച്ചു:

"മാ നിഷാദ പ്രതിഷ്ഠാംത്വമഗമഃശാശ്വതീഃ സമാഃ
യത് ക്രൗഞ്ചമിഥുനാ ദേകമവധിഃ കാമമോഹിതം"

('കാമാർത്തനായ ക്രൗഞ്ചത്തെ കൊന്ന കാട്ടാളാ നീ അധികകാലം ജീവിക്കാതെ പോട്ടെ'.)

അപ്രതീക്ഷിതവും അനർഗളവുമായി തന്നിൽ നിന്നുയർന്ന ശ്ലോക മോർത്ത് വാത്മീകി തന്നെ അമ്പരന്നുപോയി. ജന്മം കൊണ്ടു വെറു മൊരു സാധാരണ ബ്രാഹ്മണനായ തനിക്കു സപ്തർഷികളുടെ കൃപാ കടാക്ഷംകൊണ്ട് 'രാമമന്ത്രം' തിരിച്ച് 'മരാമരാ' എന്നു ജപിച്ച് വാത്മീ കാവൃതനാ (മൺപുറ്റുകൊണ്ട് പൊതിഞ്ഞ)യതും മുനിയായി മാറിയതു മൊക്കെ തൽക്ഷണം അദ്ദേഹം ഓർമിച്ചു. ഇന്നിതാ കാവ്യദേവത തന്നിൽ പ്രസാദിച്ചിരിക്കുന്നു. വാത്മീകിയുടെ മനസ്സ് കുളിർത്തു. തമസാ നദി യിലെ സ്നാനം കഴിഞ്ഞ് ആശ്രമത്തിൽ മടങ്ങിയെത്തിയ വാത്മീകിയെ ബ്രഹ്മാവ് കാണാനെത്തിയിരിക്കുന്നു. അതിഥിനമസ്കാരവും സൽക്കാ

രവും കഴിഞ്ഞ് ഇരുവരും പലതും സംസാരിക്കാൻ തുടങ്ങി. എന്നാൽ വാൽമീകിയുടെ ഉള്ളം എവിടെയോ ഉടക്കി നിൽക്കുകയാണ്. മുമ്പെങ്ങുമില്ലാത്ത വിചാരധാരകൾ ആ മുനിഹൃദയത്തെ മഥിച്ചുകൊണ്ടിരുന്നു. ആ നിഷാദൻ ചെയ്ത മഹാപരാധം അദ്ദേഹത്തെ വല്ലാതെ ഉലച്ചിരുന്നു. ഇണപ്പക്ഷി നഷ്ടപ്പെട്ട ക്രൗഞ്ചത്തിന്റെ ദുർഗതി വാൽമീകിയെ വ്യസനിപ്പിച്ചു. അപ്രതീക്ഷിതമായി താൻ ചൊല്ലിയ ശ്ലോകത്തെക്കുറിച്ച് ചിന്തിച്ച അദ്ദേഹത്തോട്, ബ്രഹ്മാവ് മന്ദസ്മിതം തൂവി ഇങ്ങനെ പറഞ്ഞു:

താങ്കളിതിൽ വ്യസനിക്കേണ്ടതില്ല. ഇതു ശ്ലോകമാണ്. എന്റെ വരദാനമാണ് ഈ സരസ്വതീ പ്രവാഹം. മഹർഷേ, ധർമാത്മാവും ഭഗവാനുമായ രാമന്റെ ലോകചരിതം മുഴുവൻ അങ്ങു രചിച്ചാലും. നാരദനിൽ നിന്നും രാമന്റെ ചരിത്രം താങ്കൾ കേട്ടുവല്ലോ. ബാക്കിയെല്ലാം താങ്കൾക്കു കരഗതമാവും. ലോകം നിലനിൽക്കുവോളം രാമകഥ നിലനിൽക്കും.

ഇതും പറഞ്ഞ് മന്ദഹാസത്തോടെ ബ്രഹ്മാവ് മടങ്ങിയെന്നും വാത്മീകി രാമകഥ രചിക്കാൻ തുടങ്ങിയെന്നുമാണ് ഐതിഹ്യം. ഇന്ത്യൻ ഇതിഹാസങ്ങളിൽ മിത്തും ചരിത്രവും ഭാവനയും ഇടകലർന്നിരിക്കുന്നു. ഒട്ടു മുക്കാൽ ഭാഗവും മിത്തുകളാലും പുരാണങ്ങളാലും നിറഞ്ഞിരിക്കയാണ്. ബ്രഹ്മാവും നാരദനുമെല്ലാം രാമനെയും സീതയെയും പോലെ കൽപ്പിതകഥാപാത്രങ്ങളായിരിക്കാനേ സാധ്യതയുള്ളൂ. എന്നാൽ രാമകഥാകാലഘട്ടത്തിലെ സാമൂഹിക സാഹചര്യങ്ങളിൽ രൂപംകൊണ്ട മനുഷ്യബന്ധങ്ങൾ തന്നെയാണ് *രാമായണ*ത്തെ രൂപപ്പെടുത്തിയതെന്ന കാര്യത്തിൽ സംശയമില്ല. വാത്മീകിയുടെ ജീവിതത്തെക്കുറിച്ച് വിശദമായൊന്നും *രാമായണ*ത്തിൽ പ്രതിപാദിക്കുന്നില്ല. എന്തായിരുന്നാലും മനു

ഷ്യഭാവനയുടെ അപൂർവസുന്ദരമായ ഒരു ദൃഷ്ടാന്തം തന്നെയാണ് *രാമായണ*കഥ. ലോകം ദുഃഖമയമാണ് എന്ന പാരമാർഥിക സത്യമാണ് *രാമായണ*ത്തിന്റെ ഒരു പ്രധാന ആശയമെന്നു പറയാം. സർവ നന്മയും ഗുണഗണങ്ങളും കൊണ്ടനുഗ്രഹീതരായ നായികാനായകന്മാരും തിന്മയാൽ ആവരണം ചെയ്യപ്പെട്ട ദുഷ്ടന്മാരും നിറഞ്ഞ ലോകത്തിൽ ശാശ്വതമായി നിലനിൽക്കുന്നത് ദുഃഖമാണ്. 'അനിത്യമസുഖം ലോകം' എന്ന ചിന്ത *രാമായണ*ത്തിൽ നിറഞ്ഞു നിൽക്കുന്നുണ്ട്. വാൽമീകി *രാമായണ*ത്തിനു ശേഷം വിരചിതമായ പല രാമായണങ്ങൾക്കും ഒരധ്യാത്മിക ഭാവമാണുള്ളത്. ശ്രീരാമനും സീതയും ഈശ്വരസന്നിധിയിൽ എത്തുന്നുവെന്നാണവ പറയുന്നത്. പക്ഷേ, വാൽമീകി *രാമായണം* ഒരു ദുരന്ത കാവ്യമാണെന്ന് പറയാതെ വയ്യാ. ശതാബ്ദങ്ങളായി, ലക്ഷോപലക്ഷം ജനതയെ ആഴത്തിൽ സ്വാധീനിക്കുകയും പ്രചോദിപ്പിക്കുകയും ചെയ്തുപോരുന്ന അനശ്വര കൃതിയാണ് *രാമായണം*. ആദികാവ്യമെന്നാണ് *രാമായണ*ത്തെ വിശേഷിപ്പിക്കുന്നതെങ്കിലും *രാമായണ*ത്തെക്കാൾ, പഴക്കം *മഹാഭാരത*ത്തിനാണെന്നാണ് പണ്ഡിതന്മാരുടെ അഭിപ്രായം. ഭാഷ, സാമൂഹിക - സാംസ്കാരിക ആചാരങ്ങൾ, അനുഷ്ഠാനങ്ങൾ, വിവാഹരീതികൾ തുടങ്ങിയ ഘടകങ്ങൾ പരിശോധിക്കുമ്പോൾ *മഹാഭാരത*മാണ് പഴക്കമേറിയതെന്നു പറയേണ്ടിവരും. എച്ച് ഡി സങ്കാലിയെപ്പോലുള്ള ചരിത്രഗവേഷകർ ഇതു സംബന്ധിച്ച് ഗഹനമായ പഠനങ്ങൾ നടത്തിയിട്ടുണ്ട്. കുങ്കും റോയ്, റൊമിലാ ഥാപ്പർ, ശർമ തുടങ്ങിയവരും ഈ നിലയിലുള്ള പഠനം നടത്തിയവരാണ്. *മഹാഭാരത*ത്തിന്റെ ഭാഷാരീതിയെക്കുറിച്ച് നടത്തിയ പഠനങ്ങൾ തെളിയിക്കുന്നത് അതിന് *രാമായണ*ത്തെക്കാൾ പഴക്കമുണ്ടെന്നാണ്.

ബഹുഭാര്യാത്വം, ബഹുഭർതൃത്വം, ഏകപത്നി വ്രതം, സന്യാസത്വം, ബ്രഹ്മചര്യം, യാഗങ്ങൾ, യജ്ഞങ്ങൾ, യുദ്ധം തുടങ്ങിയ ഒട്ടേറെ കാര്യങ്ങൾ ഈ രണ്ട് ഇതിഹാസങ്ങളുടെയും പ്രശ്നവിഷയങ്ങളാണ്. *രാമായണ*ത്തിലെ ഏകപത്നിവ്യവസ്ഥ തെളിയിക്കുന്നത് അത് പ്രായേണ വളർച്ച പ്രാപിച്ച സാമൂഹികവ്യവസ്ഥയിൽ രൂപം കൊണ്ടതാണെന്നാണ്. ഒരു പക്ഷേ, *രാമായണ*ത്തിന് അടിസ്ഥാനമായ കഥാബീജം വളരെ പണ്ടുമുതലേ ഭാരതത്തിൽ നിലനിന്നിരിക്കാം. വാൽമീകിയെപ്പോലൊരാൾ ആ കഥയ്ക്ക് നിയതമായ ഒരു രൂപവും ശൈലിയും നൽകിയിരിക്കാം. എന്തുതന്നെയായിരുന്നാലും കഥാഘടനയുടെ ഒതുക്കവും ലാളിത്യവും പ്രതിപാദനത്തിലെ ഉജ്ജ്വലതയും കഥാപാത്രാവിഷ്കാരത്തിലെ അന്യൂനമായ പ്രഭാവവും *രാമായണ*ത്തെ ഒരു ലോകോത്തര സൃഷ്ടിയാക്കി മാറ്റുന്നുവെന്ന കാര്യത്തിൽ തർക്കമില്ല. ഇന്ത്യൻ സംസ്കാരത്തെയും മനസിനെയും *രാമായണം* സ്വാധീനിച്ചത്ര മറ്റൊരു മഹാകാവ്യവും സ്വാധീനിച്ചിട്ടില്ല. സീതയും രാമനും ഇന്ത്യൻ സ്ത്രീ-പുരുഷ ഭാവങ്ങളുടെ ആദർശരൂപങ്ങളായി ഗണിക്കപ്പെടുന്നു. രാമൻ ഒരു മാനുഷ കഥാപാത്രമെന്നതിലുപരി, ഒരധ്യാത്മിക പ്രഭാവമായി മാറിയിരിക്കുന്നു. അതുപോലെ തന്നെ സീതാദേവി, ഇന്ത്യൻ സ്ത്രീത്വത്തിന്റെ ഉദാത്തമാ

തൃകയായി ഗണിക്കപ്പെടുന്നു. വിവേകാനന്ദനെപ്പോലുള്ള മഹാന്മാർ സ്ത്രീത്വത്തിന്റെ ഉത്തമ മാതൃകയായിക്കാണുന്നത് സീതയെയാണ്. എന്നാൽ അതേസമയം, സീത, ഇന്ത്യൻ സ്ത്രീത്വം അനുഭവിക്കുന്ന അടിച്ചമർത്തലിന്റെ മാതൃകയാണെന്ന് വാദിക്കുന്നവരുമുണ്ട്. നിരൂപകരും, സാംസ്കാരിക വിമർശകരുംമാത്രമല്ല, പല മഹാകവികളും സീതയെ ഇത്തരത്തിൽ വിലയിരുത്തിയിട്ടുണ്ട്. ശ്രീരാമൻ, സീതയെ കാട്ടിലുപേക്ഷിച്ചത് *രാമായണ*ത്തിലെ ഏറ്റവും അവിസ്മരണീയമായ ഒരു സംഭവമാണ്. ഇത്, പുരുഷാധികാരത്തിന്റെയും രാജവ്യവസ്ഥയുടെയും അനീതിനിറഞ്ഞ നടപടിയായിട്ടാണ് വിലയിരുത്തപ്പെടുന്നത്. ശാസ്ത്രീയമായ രീതിയിൽ ഇതിഹാസകാവ്യങ്ങളെ വിലയിരുത്തുമ്പോൾ, ഇത്തരം അഭിപ്രായപ്രകടനങ്ങളെ അവഗണിക്കുക വയ്യ. കുമാരനാശാന്റെ, *ചിന്താവിശിഷ്ടയായ സീത* ഇത്തരത്തിലുള്ള ഒരു വീക്ഷണത്തിന്റെ തിളക്കമാർന്ന സൃഷ്ടിയാണ്. ഇതുപോലെ *രാമായണ*ത്തിലെ ധാർമിക - സാമൂഹിക പാഠങ്ങളെ രൂക്ഷമായി വിമർശിക്കുന്ന ഒട്ടേറെ കൃതികളുണ്ട്. രാമനെ ഒരു ദൈവാവതാരമായി കാണുന്നവരുമുണ്ട്. ഇന്ത്യൻ സാമൂഹികവ്യവസ്ഥയുടെ അഭേദ്യഭാഗമായിരുന്നു, ചാതുർവർണ്യവ്യവസ്ഥയും ജാതീയതയും. ബ്രാഹ്മണർക്കും ക്ഷത്രിയർക്കും അധീശത്വമുള്ള വ്യവസ്ഥയായിരുന്നു, ചാതുർവർണ്യം. ലക്ഷോപലക്ഷം വരുന്ന ജനങ്ങൾ ഈ വ്യവസ്ഥയിൻ കീഴിൽ നരകതുല്യമായ ജീവിതം നയിച്ചു. ശൂദ്രന്മാരും ചണ്ഡാലന്മാരും പുറാളികളായ അനേകരും ഈ വ്യവസ്ഥയിൽ മർദിതരായിക്കഴിഞ്ഞു പോന്നു. ഇതിന്റെയെല്ലാം അനുരണനങ്ങൾ *രാമായണ*ത്തിലുണ്ട്. ബ്രാഹ്മണർക്കും ക്ഷത്രിയർക്കും അവരുടെ അധീശത്വം സമൂഹത്തിൽ അടിച്ചേൽപ്പിക്കാൻ അവതാരപുരുഷന്മാരും ദേവതാപ്രഭാവമുള്ള സ്ത്രീരത്നങ്ങളും ആവശ്യമായിരുന്നു. അതിന്റെ ഭാഗമായിട്ടാണ് രാമനും സീതയും യഥാക്രമം, മഹാവിഷ്ണുവിന്റെയും ലക്ഷ്മിയുടേയും അവതാരമായി ആരാധിക്കപ്പെട്ടത്.

മത്സ്യം, കൂർമം, വരാഹം, നരസിംഹം, വാമനൻ, പരശുരാമൻ, ശ്രീരാമൻ, ബലരാമൻ, ശ്രീകൃഷ്ണൻ, കൽക്കി തുടങ്ങിയവരാണ് മഹാവിഷ്ണുവിന്റെ അവതാരങ്ങൾ. ഇതിൽ ബലരാമന്റെ സ്ഥാനത്ത് ചിലർ ബുദ്ധനെയും പ്രതിഷ്ഠിക്കുന്നുണ്ട്. ദശാവതാരങ്ങളാണ് പ്രധാനമെങ്കിലും *മഹാ*

*ഭാഗവത*മനുസരിച്ച് 23 അവതാരങ്ങളുണ്ട്, മഹാവിഷ്ണുവിന്. അവതാരങ്ങളെ ശാസ്ത്രീയമായ പാഠവിശകലനത്തിന് വിധേയമാക്കിയാൽ അതത് കാലഘട്ടത്തിലെ സാമൂഹികാവസ്ഥകളെ മനസിലാക്കാൻ കഴിയും. ഏഴുകാണ്ഡങ്ങളും, അഞ്ഞൂറ് സർഗങ്ങളും ഇരുപത്തിനാലായിരം ശ്ലോകങ്ങളും അടങ്ങിയതാണ് *വാൽമീകിരാമായണം*.

പുത്രന്മാരില്ലാത്തതുകൊണ്ട് ദുഃഖമനുഭവിക്കുന്ന അയോധ്യയിലെ രാജാവായ ദശരഥൻ, പുരോഹിതന്മാരുടെ ഉപദേശമനുസരിച്ച്, പുത്രകാമേഷ്ഠിയാഗം നടത്തുകയുണ്ടായി. ഇതറിഞ്ഞ ദേവന്മാർ, ബ്രഹ്മാവിനെ കണ്ടു. ലങ്കാധിപനായ ദശാനനൻ (രാവണൻ) മൂലം തങ്ങളനുഭവിക്കുന്ന പ്രശ്നങ്ങൾ അവർ ബ്രഹ്മാവിനെ ബോധിപ്പിച്ചു. ബ്രഹ്മാവും ദേവന്മാരും മഹാവിഷ്ണുവിനെക്കണ്ട് സങ്കടമുണർത്തിച്ചു.

'വിഷ്ണോ, ധർമജ്ഞനായ ദശരഥന്റെ പുത്രനായി, ലോകഹിതത്തിനായി പിറന്നാലും' ഭൂമിയിൽ ദശരഥന്റെ കനിഷ്ഠ പുത്രനായി പിറക്കാനാണ് അവർ വിഷ്ണുവിനോടപേക്ഷിച്ചത്. ഇതിനകം ദശരഥന്റെ യാഗാഗ്നിയിൽനിന്നും ഒരു അത്ഭുത ഭൂതം ഉയർന്നുവന്ന് ദിവ്യപായസം ദശരഥനുനൽകി. കൗസല്യ, സുമിത്ര, കൈകേയി എന്നീ മൂന്നു പത്നിമാർക്കും ദശരഥൻ ഈ പായസം വിളമ്പി. മൂന്നുപേരും ഗർഭം ധരിച്ചുവെന്നാണ് കഥ. പായസമായി ദശരഥൻ തന്റെ പത്നിമാർക്കു നൽകിയത് വിഷ്ണുവിന്റെ സത്തയാണ്. കൗസല്യയുടെ പുത്രനായി രാമൻ ജനിച്ചു. കൈകേയിയുടെ പുത്രനായി ഭരതനും, സുമിത്രയുടെ പുത്രന്മാരായി ലക്ഷ്മണൻ, ശത്രുഘ്നൻ (ഇരട്ടക്കുട്ടികൾ) എന്നിവരും ജന്മമെടുത്തു. ഈ നാലു പുത്രന്മാരും വിഷ്ണുവിന്റെ അവതാരമാണെങ്കിലും വിഷ്ണുവിന്റെ അർധസത്ത (പകുതിഭാഗം)യാണ് രാമൻ. ഈ നാലു പുത്രന്മാരെ കൂടാതെ ദശരഥന്, ശാന്തയെന്ന പേരിൽ ഒരു പുത്രി ഉണ്ടായിരുന്നുവെന്ന് പറയപ്പെടുന്നു. അവളെ ധർമിഷ്ഠനായ ദശരഥൻ സുഹൃത്തായ ലോമപാദന് നൽകിയെന്നാണ് കഥ.

നാലുപുത്രന്മാരും അയോധ്യയിൽ വളർന്നുവന്നു. അതീവബുദ്ധിശാലികളും ഊർജ്ജസ്വലരും വിവേകമതികളുമായിരുന്നു ഈ നാലുപേർ. അതിൽ ഏറ്റവും വ്യക്തിപ്രഭാവമുണ്ടായിരുന്നത് രാമനായിരുന്നു. രാമന് പന്ത്രണ്ടുവയസായപ്പോൾ, വിശ്വാമിത്രൻ അയോധ്യയിൽ വന്ന് ദശരഥനെ കണ്ടു. തന്റെ യാഗം പരിരക്ഷിക്കാൻ രാമനെ അയച്ചുതരണമെന്ന് വിശ്വാമിത്രൻ ദശരഥനോടഭ്യർഥിച്ചു. ധർമിഷ്ഠനായ ദശരഥൻ വസിഷ്ഠന്റെ ഉപദേശപ്രകാരം, രാമലക്ഷമണന്മാരെ കൗശികന്റെ കൂടെ അയച്ചു. വഴിക്കുവെച്ച് താടകയെന്ന ഒരു യക്ഷി അവരെ നേരിട്ടു. അഗസ്ത്യമുനിയുടെ ശാപത്താൽ യക്ഷിയായവളാണ് താടക. യക്ഷിയായ താടകയെ കൊല്ലാൻ രാമൻ മടിച്ചിരുന്നു. കാരണം, അവൾ ഒരു സ്ത്രീയാണ്. അവസാനം മനസില്ലാമനസോടെ രാമൻ താടകയെ വധിച്ചു. വിശ്വാമിത്രന്റെ യാഗത്തെ പരിരക്ഷിച്ച് മിഥിലയ്ക്കുപോകുംവഴി ബ്രഹ്മശാപമേറ്റ് ഒരു ശിലയായിത്തീർന്ന അഹല്യയെ മോചിപ്പിക്കുന്നു. രാമന്റെ (വിഷ്ണു) പാദസ്പർശമേറ്റാൽ ശാപമോക്ഷം ലഭിക്കുമെന്ന് അരുളപ്പാടുണ്ടായിരു

ന്നു. അതിനുശേഷം രാമൻ ശൈവചാപം മുറിച്ച്, ജനകമഹാരാജാവിന്റെ വളർത്തുപുത്രിയായ സീതാദേവിയെ സ്വയംവരം ചെയ്തു. മൂന്നു സഹോദരന്മാരുടെ വിവാഹവും നടന്നു. ലക്ഷ്മണൻ, ഊർമിളയെയും ഭരതൻ, മാണ്ഡവിയെയും, ശത്രുഘ്നൻ ശ്രുതകീർത്തിയെയും വിവാഹം കഴിച്ചു.

*രാമായണ*കഥ പറയുമ്പോൾ വാത്മീകി രാമനും സീതയ്ക്കും മാത്രമേ പ്രാധാന്യം നൽകുന്നുള്ളൂ. മറ്റുള്ളവരെല്ലാം തന്നെ ഇവരിരുവർക്കും ചുറ്റും കറങ്ങുന്ന ഉപഗ്രഹങ്ങൾമാത്രം. സീതയാവട്ടെ, ഒരു സ്ത്രീയായിപ്പോയതിന്റെ പേരിൽ ഒരുപാടു യാതനകൾ അനുഭവിക്കുന്നു. അഹല്യ, താടക തുടങ്ങിയ സ്ത്രീകൾ മനുഷ്യരായിപ്പോലും ഗണിക്കപ്പെടുന്നില്ല. പുരുഷന്റെ പാദസ്പർശം കാത്ത് യുഗാന്തരങ്ങൾ ശപിക്കപ്പെട്ട് ശിലയായി കഴിയുന്ന അഹല്യ, രാമകാലഘട്ടത്തിലെ പുരുഷാധിഷ്ഠിത അധികാരത്തിന്റെ ഇരയാണ്. ഊർമിള തുടങ്ങിയ രാമസോദരപത്നിമാരെല്ലാം, രാമന്റെ ഉപഗ്രഹങ്ങളായി ജീവിക്കുന്ന ഭർത്താക്കന്മാരുടെ വെറും നിഴലുകൾ മാത്രം. സീതയുടെ കഥയും വിഭിന്നമല്ല. ഇന്ത്യൻ സ്ത്രീത്വത്തിന്റെ മർദനാവസ്ഥയുടെ പ്രതിരൂപമാണ് സീത. രാമകഥയ്ക്ക് ഒട്ടേറെ പുനരാഖ്യാനങ്ങളും പുനർപാഠങ്ങളുമുണ്ടെന്ന് പറഞ്ഞുവല്ലൊ. അതിലൊന്നിലെ വിഭാഷ്യമനുസരിച്ച് ലങ്കാധിപനായ രാവണന്റെ മകളാണ് സീത. ഒരിക്കൽ രാവണൻ നായാട്ടിനു പോകവേ, വനമധ്യത്തിൽ തപസുചെയ്യുന്ന അതിസുന്ദരിയായ ഒരു സ്ത്രീയെ കണ്ടു. വേദവതിയെന്നായിരുന്നു അവളുടെ പേര്. അന്യാദൃശമായ അവളുടെ അംഗലാവണ്യത്തിൽ കാമമോഹിതനായ രാവണൻ അവളെ ബലാൽക്കാരം ചെയ്തു. കോപിഷ്ഠയായ വേദവതി രാവണനെ ശപിച്ചു. തന്റെ ഇംഗിതത്തിനുവിരുദ്ധമായി, താപസിയായ തന്നെ ബലാൽക്കാരം ചെയ്ത നരാധമനായ രാവണൻ, താൻ നിമിത്തം തന്നെ നശിച്ചുപോകുമെന്നവൾ ശപിച്ചു. അനന്തരം, വേദവതി, അഗ്നിയിൽ ലയിച്ചു. വേദവതിയുടെ ചാരം രാവണൻ ഒരു ചെമ്പുകുടത്തിലാക്കി ലങ്കയിലെ രഹസ്യഅറയിൽ സൂക്ഷിച്ചത്രെ. പിന്നീടത് കള്ളന്മാർ ഏതോ വിലപിടിപ്പുള്ള വസ്തുവാണെന്നു കരുതി മോഷ്ടിച്ചുകൊണ്ടുപോയെന്നും ചാരമെന്നറിഞ്ഞപ്പോൾ ഉപേക്ഷിച്ചെന്നും അതൊരു മത്സ്യം വിഴുങ്ങിയെന്നും കഥ. ആ മത്സ്യത്തിന്റെ ഉടലിൽനിന്നും സീതയുണ്ടായി. അവസാനമത് ജനകമഹാരാജാവിന് ലഭിച്ചു. അവളാണത്രെ സീത. എന്നാലീക്കഥയ്ക്കൊന്നും *വാൽമീകി രാമായണ*ത്തിൽ സ്ഥാനമില്ല.

ശൈവചാപം ഖണ്ഡിച്ച് സീതാദേവിയോടും സോദരരോടും ഒപ്പം തിരിച്ചുവരുന്ന രാമനെ, പരശുരാമൻ തടഞ്ഞുനിർത്തി. ജമദഗ്നിമഹർഷിയുടെയും രേണുകയുടെയും പുത്രനാണ് പരശുരാമൻ. മഴു ആയുധമാക്കിയവൻ (ഭൃഗുരാമൻ) ആണ് പരശുരാമൻ. വൈഷ്ണവചാപമാണ് പരശുരാമന്റെ ദിവ്യായുധം. അത് ഞാണേറ്റാൻ പരശുരാമൻ, ശ്രീരാമനെ വെല്ലുവിളിച്ചു. ദാശരഥി വൈഷ്ണവചാപം ഞാണേറ്റി. അപ്പോഴാണ് മഹാവിഷ്ണുവിന്റെ അവതാരമാണ്, രാമനെന്ന് ഭാർഗവരാമൻ (പരശുരാമൻ) അറിയുന്നത്.

ലക്ഷ്മണനും രാമനും അയോധ്യയിലെത്തി. പത്നീസമേതം രാമൻ കുറെക്കാലം സന്തുഷ്ടമായ ജീവിതം നയിച്ചു. ഏറെ നാൾ കഴിഞ്ഞില്ല ദശരഥമഹാരാജാവ്, രാമനെ യുവരാജാവായി അഭിഷേകം ചെയ്യാൻ തീരുമാനിച്ചു. രാമഹിതം തേടി, ദശരഥൻ:

"രാമാ, എനിക്കു പ്രായമായി. ഭോഗസുഖങ്ങൾ വേണ്ടുവോളം അനുഭവിച്ചു. നീ എന്റെ പ്രിയപുത്രനാണ്. നിന്നെ യുവരാജാവായി അഭിഷേകം ചെയ്യുകയെന്നതാണ് എന്റെ അവശേഷിക്കുന്ന കർത്തവ്യം. എല്ലാവർക്കും അതിഷ്ടവുമാണ്."

രാമൻ ഇതുകേട്ട് സംശയിച്ചുനിന്നു. സഹോദരന്മാരായ ഭരതനും ശത്രുഘ്നനും രാജകൊട്ടാരത്തിലില്ല. ഇതിനുമുമ്പുതന്നെ ദശരഥൻ, ഭരതനെ കേകയത്തിലേക്ക് അയച്ചിരുന്നു. ശത്രുഘ്നനും, ഭരതനെ അനുഗമിച്ചിരുന്നു. അയോധ്യയിലെ ഏറ്റവും നിർണായകമായ സംഭവം നടക്കാൻ പോവുകയാണ്. അതിനു സാക്ഷ്യം വഹിക്കാൻ പ്രിയസഹോദരന്മാരായ ഭരതനും ശത്രുഘ്നനും ഇല്ലാതെ വരികയോ? പക്ഷേ, രാമൻ മറുത്തൊരക്ഷരം ഉരിയാടിയില്ല.

അധികാരം എന്നത് വശ്യമോഹനമായ ഒരു വലയമാണ്. അവിടെ ഏറ്റവും പ്രിയങ്കരരായ ബന്ധുക്കളെ മാത്രമേ പരിഗണിക്കുകയുള്ളൂ; മനുഷ്യർ. പുത്രന്മാരിൽനിന്നും ഏറ്റവും പ്രിയമുള്ളവരെ തെരഞ്ഞെടുക്കുകയും ഭാര്യമാരിൽനിന്നും ഏറ്റവും പ്രിയങ്കരിയെ പരിഗണിക്കാൻ പുരുഷന്മാരും, ഏറ്റവും പ്രിയമുള്ളവരെ തെരഞ്ഞെടുക്കാൻ ഭാര്യമാരും നിർബന്ധിക്കപ്പെടുന്നു. ദശരഥൻ കൂടുതലൊന്നും പറഞ്ഞില്ല, രാമൻ ചോദിച്ച

തുമില്ല. പിതാവിന്റെ അധികാരശാസനമായി ആ വാക്കുകളെ രാമൻ സ്വീകരിച്ചു.

എന്നാൽ ദശരഥപത്നിയായ കൈകേയി രാമാഭിഷേകം മുടക്കുന്നു. മുമ്പ്, ദശരഥൻ കൈകേയിക്ക് രണ്ടു വരങ്ങൾ വാഗ്ദാനം നൽകിയിരുന്നു. ഈ സന്ദർഭത്തിൽ അവരത് ആവശ്യപ്പെട്ടു. ഭരതൻ രാജാവാകണം. രാമൻ, വനവാസം നടത്തണം. സത്യസന്ധനും ധർമിഷ്ഠനുമായ ദശരഥൻ കുഴങ്ങി. ഈ സമയം രാമൻ പിതാവിനെ ധർമസങ്കടത്തിൽനിന്നും രക്ഷിക്കുന്നു. പിതാവും മഹാരാജാവുമായ ദശരഥന്റെ ഏതാജ്ഞയും നിറവേറ്റാൻ താൻ തയാറാണെന്ന് രാമൻ, കൈകേയിക്കു മുമ്പാകെ പ്രതിജ്ഞചെയ്തു.

ദശരഥാജ്ഞയില്ലാതെ തന്നെ രാമൻ വനവാസത്തിനു തയാറായി. പ്രിയപത്നിയായ സീതയും സഹോദരനായ ലക്ഷ്മണനുമൊന്നിച്ച് രാമൻ വനത്തിലേക്കു പുറപ്പെട്ടു. ഏറെ നാൾ കഴിയുംമുമ്പെ, പ്രിയ പുത്രന്മാരുടെ വിരഹം സമ്മാനിച്ച ദുഃഖക്കയത്തിലമർന്ന് ദശരഥൻ മരിച്ചു. ഭരതനാണ് അച്ഛന്റെ മരണവിവരം രാമനെ അറിയിച്ചത്. വനത്തിൽനിന്നും രാമനെ തിരിച്ചുകൊണ്ടുവരാനാണ് ഭരതന്റെ ശ്രമം. അപേക്ഷയുടെ, യാചനയുടെ സ്വരത്തിലാണ് ഭരതൻ രാമനോട് സംസാരിച്ചത്. "സഹോദരാ കൊട്ടാരത്തിലേക്കു വരണം. ഒരു സഹോദരന്റെ അപേക്ഷയാണ്." പക്ഷേ, ഇതൊന്നും രാമന്റെ മനസിനെ ഇളക്കിയില്ല. ദൃഢചിത്തനാണ് രാമൻ. ശരിയെന്നു തനിക്കുതോന്നുന്ന എന്തും, അതെത്ര നിഷ്ഠൂരമെന്ന് ലോകം മുഴുവൻ പറഞ്ഞാലും രാമന്റെ മനസ്സ് ഇളകില്ല. തന്റെ ധർമവും കർമവുമാണ് രാമന് മുഖ്യം. ആ കർമധർമങ്ങൾ മനുഷ്യസൃഷ്ടമാണെന്നും അത് ഒരു സാമൂഹിക വ്യവസ്ഥയുടെ താൽപ്പര്യങ്ങൾ സംരക്ഷിക്കുന്നതാണെന്നും രാമനറിയില്ല. ആദർശനിഷ്ഠനാണ് രാമൻ. ആദർശത്തിന് കണ്ണും കാതുമില്ല. ആദർശം ആദർശത്തെ മാത്രമാണ് സ്നേഹിക്കുന്നത്. ചിലപ്പോഴത് സമൂഹത്തിന്റേയും വ്യക്തികളുടെയും നന്മയ്ക്കാവാം. പക്ഷേ, എല്ലായ്പ്പോഴും അങ്ങനെയാവണമെന്നില്ല. എന്നാൽ ആദർശനിഷ്ഠരായ മനുഷ്യരെ സമൂഹം ആരാധിക്കുന്നു. ദൃഢചിത്തതയെ മാനിക്കുന്നു. തന്നെ രാജാവാക്കാൻ വേണ്ടി സർവ സൗഭാഗ്യങ്ങളും വെടിഞ്ഞ് സീതയ്ക്കും ലക്ഷ്മണനുമൊപ്പം കാനനത്തിൽ വസിക്കുന്ന രാമൻ, തന്റെ മുന്നിൽ യാചിച്ചുനിൽക്കുന്ന ഭരതനോട് പറഞ്ഞു:

"സഹോദരാ, പണ്ട് നമ്മുടെ പിതാവ് നിന്റെ മാതാവിനെ വരിക്കുമ്പോൾ കൈകേയീപുത്രന് രാജകിരീടം നൽകാമെന്ന് പ്രതിജ്ഞ ചെയ്തിരുന്നു. അനന്തരം ദേവാസുരയുദ്ധത്തിൽ നമ്മുടെ പിതാവ് നിന്റെ അമ്മയ്ക്ക് ആഹ്ലാദപുരസ്സരം രണ്ടുവരങ്ങൾ നൽകിയിരുന്നു." ആദ്യം നൽകിയ പ്രതിജ്ഞയെക്കുറിച്ച് അധികമാരുമൊന്നും പറയുന്നില്ല. കാരണം വളരെ രഹസ്യമായ പ്രതിജ്ഞയായിരുന്നു അത്. അതുകൊണ്ടുതന്നെയാണ് രാമനെ അഭിഷേകം ചെയ്യാൻ ദശരഥൻ തിടുക്കംകാണിച്ചത്. ഈ പ്രതിജ്ഞയെക്കുറിച്ച് എങ്ങനെയോ രാമൻ അറിഞ്ഞു. തന്റെ അഭിഷേകത്തിന് പിതാവ് തിടുക്കം കാണിച്ചപ്പോൾ രാമനതറിയുമായി

രുന്നില്ല. പിന്നീടതറിഞ്ഞപ്പോൾ പിതാവിന്റെ യശസ്സ് നിലനിർത്താൻ വേണ്ടി രാമൻ ഒരു ത്യാഗം ചെയ്യുകയായിരുന്നു. ത്യാഗമൂർത്തിയാണ് രാമൻ. പക്ഷേ, രാമൻ ചെയ്യുന്ന ത്യാഗത്തിന്, സീതയും ലക്ഷ്മണനും ഊർമിളയും അവരുടെ ബന്ധുക്കളുമെല്ലാം വേദനിച്ചു. തന്റെ ത്യാഗത്തിന്റെ കയ്പുനീർ കുടിക്കാൻ നിഷ്കളങ്കരായ ഇവർ ബലിയാടാവുകയായിരുന്നു. ഏതൊരുവന്റെയും ഒരുവളുടെയും ത്യാഗത്തിനു പിന്നിൽ ഈ കറുത്തയാഥാർഥ്യം നിറഞ്ഞു നിൽക്കുന്നുണ്ട്. ത്യാഗം നിരപരാധികളെ ബലിയാടാക്കുന്നുവെന്ന പാഠം *രാമായണം* നൽകുന്നുണ്ട്.

പതിനാലു സംവത്സരമായിരുന്നു രാമന്റെ വനവാസകാലം. ഇക്കാലമത്രയും ഒരർഥത്തിൽ പറഞ്ഞാൽ രാമന്റെ ആനന്ദദായകമായ കാലഘട്ടമായിരുന്നു. അധികാരത്തിന്റെ ഭാരമില്ലാത്ത സ്വച്ഛന്ദവും സുരഭിലവുമായ കാലഘട്ടം. വിശ്വൈക മോഹിനിയാണ് സീത. യഥാർഥത്തിൽ ത്യാഗം ലക്ഷ്മണനും ഊർമിളയ്ക്കുമായിരുന്നു. മഹർഷീശ്വരന്മാരെ സന്ദർശിച്ചും ഗോദാവരീതീരത്ത് പഞ്ചവടിയിൽ സ്ഥിതി ചെയ്യുന്ന മനോഹരമായ പർണശാലയിൽ സുഖിച്ചും മദിച്ചുമാണ് രാമൻ കാലം പിന്നിട്ടത്. സീതാദേവിക്കും ഇക്കാലഘട്ടം ഉന്മത്തമായ സംവത്സരങ്ങളായിരുന്നു. അനന്തരം രാജ്ഞിയായതോടെയാണ് സീതയുടെ ദുഃഖം ആരംഭിക്കുന്നത്. അധികാരത്തിന്റെ ഭാരമേൽപ്പിക്കുന്ന ഹൃദയക്ഷതങ്ങളാണ് *രാമായണ*ത്തിന്റെ ഇതിവൃത്തം. അത് നേരിട്ട് വ്യക്തമാക്കുന്നില്ലെങ്കിലും വായനക്കാർക്കായി *രാമായണം* അതിന്റെ സൂചനകൾ സമൃദ്ധമായി നൽകുന്നു. രാമന്റെയും സീതയുടെയും പ്രണയസുരഭിലമായ കാലഘട്ടത്തിലാണ് രാവണന്റെ സഹോദരിയായ ശൂർപ്പണഖ (മുറം പോലുള്ള നഖമുള്ളവൾ) കടന്നുവരുന്നത്. ശൂർപ്പണഖയെ വിരൂപിയായ ഒരു യക്ഷി സമാനയായിട്ടാണ് വാൽമീകി അവതരിപ്പിക്കുന്നത്. അവൾ, പക്ഷേ, മോഹിനിയായ ഒരു സ്ത്രീയായി പല *രാമായണ*ങ്ങളിലും പ്രത്യക്ഷപ്പെടുന്നു. മനോമോഹിനിയായ ശൂർപ്പണഖ, രാമന്റെ അലൗകികസൗന്ദര്യത്തിൽ മനം മയങ്ങി, പ്രണയാഭ്യർഥനനടത്തുന്നു. ശൂർപ്പണഖ വിരൂപയാക്കപ്പെടുന്നു. ഒരുതലത്തിലും ന്യായീകരിക്കപ്പെടാൻ കഴിയാത്ത പ്രവൃത്തിയായിരുന്നു ഇത്. ഇക്ഷ്വാകുവംശത്തിൽ പിറന്ന രാമലക്ഷ്മണന്മാരുടെ അധികാര പ്രമത്തതയുടെ ഇരയാവുകയായിരുന്നു, ശൂർപ്പണഖ.

സഹോദരിയുടെ തീരാദുഃഖം സമ്മാനിച്ച അപമാനവും വേദനയുമാണ് സീതാപഹരണത്തിന് ദശാനനനെ പ്രേരിപ്പിച്ചത്. ദശാനനൻ എന്ന രാവണനാൽ പ്രേരിതനായ മാരീചൻ മാനായി വന്ന് സീതയെ മോഹിപ്പിക്കുന്നതും മാനിനെ പിടിക്കാൻ സീതയുടെ നിർബന്ധംമൂലം രാമൻ പോവുന്നതും *രാമായണ*ത്തിലെ അവിസ്മരണീയ സന്ദർഭമാണ്. മാരീചന്റെ കൃത്രിമമായ നിലവിളികേട്ട് രാമന്റെ നിലവിളിയെന്ന് തെറ്റിദ്ധരിച്ച സീത, ലക്ഷ്മണനെ രാമന്റെയടുത്തേക്ക് പറഞ്ഞയക്കുന്നു. ലക്ഷ്മണനു കാര്യം പിടികിട്ടി. ഏതൊരപകടത്തെയും അതിജീവിക്കുന്നവനാണ് രാമൻ. അജയ്യനാണു രാമൻ. ആർക്കെങ്കിലും രാമനെ പരാജയപ്പെടുത്താൻ കഴിഞ്ഞാൽപ്പോലും നിലവിളിക്കുന്ന ഭീരുവല്ല, രാമൻ. ഇതെല്ലാമറിയുന്ന ലക്ഷ്മണൻ (സൗമിത്ര) പോകാൻ മടിക്കുന്നു. എന്നാൽ ചഞ്ചലചിത്തയായ സീത, ലക്ഷ്മണനെ ഭർത്സിക്കുന്നു. ജ്യേഷ്ഠത്തിയോടുള്ള രഹസ്യ മോഹംകൊണ്ടാണ്, ലക്ഷ്മണൻ അപായഘട്ടത്തിൽ സന്ദേഹിച്ചു നിൽക്കുന്നതെന്ന് അവൾ ശകാരിക്കുന്നു. ഇത് ലക്ഷ്മണന്റെ ഹൃദയത്തിൽ ഏൽപ്പിക്കുന്ന മുറിവ് അഗാധമായിരുന്നു. അങ്ങനെ മനസില്ലാ മനസോടെ, അപായമാണ് വരാൻപോവുന്നതെന്നറിഞ്ഞിട്ടും ലക്ഷ്മണൻ പോയി. ഈ സമയം, ഭിക്ഷുവേഷം ധരിച്ചെത്തിയ രാവണൻ സീതയെ സമീപിക്കുന്നു. പത്തുതലയുള്ള വീരപുരുഷനായിട്ടാണ് *രാമായണം* (രാമന്റെ അയനം അഥവാ രാമകഥ) രാവണനെ അവതരിപ്പിക്കുന്നത്. സർവശക്തനാണ് രാവണൻ. അജയ്യനും ധീരനും സാഹസികനുമാണ് രാവണൻ. അദ്ദേഹത്തിന്റെ പത്തു തലയും ഇരുപതുകരങ്ങളും പ്രതീകമായിട്ടാണ് പലരും വിലയിരുത്തുന്നത്. ഭിക്ഷുവേഷത്തിൽ വന്ന രാവണൻ സീതയെ പൊക്കിയെടുത്ത് തന്റെ പുഷ്പകവിമാനത്തിൽ

ലങ്കയിലേക്കു പറന്നു. രാമലക്ഷ്മണന്മാർ സീതയെയും അന്വേഷിച്ചു യാത്രയായി. സുഗ്രീവനുമായുള്ള സഖ്യത്തിലൂടെയാണ് രാമലക്ഷ്മണന്മാർ രാവണനെതിരെ യുദ്ധം ചെയ്യുന്നത്.

യഥാർഥത്തിൽ സുഗ്രീവനേക്കാൾ ശക്തിമാനായിരുന്നു, ബാലി. തനിക്കൊരവസരം തന്നാൽ രാവണനെ ഒരൊറ്റ ദിനംകൊണ്ട് കഴുത്തിൽ കയറിട്ട് രാമപാദത്തിലെത്തിക്കാമെന്ന് ബാലി പറഞ്ഞിരുന്നു. ബാലി പറഞ്ഞാൽ പറഞ്ഞതാണ്. വിഷ്ണുവിന്റെ അവതാരാംശമില്ലാതെതന്നെ രാമസമാനമായ ശക്തിയുള്ളവനാണ് ബാലി. പക്ഷേ, രാമൻ, ബാലിയുമായി സഖ്യമുണ്ടാക്കിയില്ല. കാരണം, *രാമായണ* ലക്ഷ്യമനുസരിച്ച് രാവണവധം നിറവേറ്റേണ്ടത് രാമനാണ്. ബാലി - സുഗ്രീവ ശത്രുത പ്രമാദമാണ്. സുഗ്രീവന്റെ ജീവിതലക്ഷ്യം തന്നെ ഇപ്പോൾ, ബാലിവധമാണ്. അതിനുവേണ്ടിയാണ് രാമനുമായി സഖ്യമുണ്ടാക്കിയത്. ഓരോരുത്തർക്കും ഓരോ ലക്ഷ്യമാണ്. എന്നാൽ മൊത്തത്തിൽ പറയുമ്പോൾ ഒരു പൊതുവായ ലക്ഷ്യത്തിന്റെ പേർ പറയും. വ്യക്തിയും സമൂഹവും തമ്മിലുള്ള ഈ വൈരുധ്യത്തെ വളരെ സൂക്ഷ്മമായി അനാവരണം ചെയ്യാൻ *രാമായണ*കഥ സഹായകമാണ്.

പുഷ്പകവിമാനത്തിൽ സീതയെയും അപഹരിച്ച് ലങ്കയിലെത്തിയ രാവണൻ അവരെ, പൊന്നശോകവനത്തിലാണ് പാർപ്പിച്ചത്. ലോകൈകസുന്ദരിയും കാനനവാസിയുമായ സീതയ്ക്ക് കൊട്ടാരത്തിലെ ജീവിതം മനഃസ്താപമുണ്ടാക്കുമെന്ന് രാവണനറിയാമായിരുന്നു. കാരണം, രാവണനെ പൊതുവിൽ വായിക്കപ്പെട്ടതുപോലെ, സ്ത്രീലമ്പടനോ ദുഷ്ടഹൃദയനോ ആയിരുന്നില്ല. തന്റെ ഓമനസഹോദരിക്കേറ്റ അഗാധമായ മനോവേദനയും അപമാനവുമാണ് രാവണനെ ഈ കടുംകൈക്ക് പ്രേരിപ്പിച്ചത്. സീതയെ രാവണൻ ബലാൽക്കാരം ചെയ്യുകയോ മാനഹാനിവരുത്തുകയോ ചെയ്യുകയുണ്ടായില്ല. സീതയുടെ അനുമതിയില്ലാതെ അവരുടെ ദേഹത്തു സ്പർശിക്കുകപോലും ചെയ്യില്ലെന്ന് രാവണൻ അസന്ദിഗ്ധമായി പറഞ്ഞു.

രാമനും സുഗ്രീവനും തമ്മിലുള്ള ധാരണയനുസരിച്ച്, രാമൻ ബാലിയെ വധിച്ചു. ഏറ്റവും ഹീനമായ വധങ്ങളിലൊന്നായിരുന്നു, *രാമായണ*ത്തിലെ ബാലിവധം. കാരണം, ഒരു വൃക്ഷത്തിനു മറവിൽ നിന്നുകൊണ്ടാണ് അതിബലവാനായ ബാലിയെ രാമൻ നിഗ്രഹിച്ചത്. എന്തുതന്നെ ന്യായവാദങ്ങൾ പറഞ്ഞാലും വിഷ്ണുവിന്റെ അവതാരമായ രാമൻ ചെയ്ത ഈ പ്രവൃത്തി സാധൂകരിക്കത്തക്കതല്ല. സുഗ്രീവനുമായുള്ള രൂക്ഷമായ പോരാട്ടം നടത്തിക്കൊണ്ടിരുന്ന ബാലി, രാമനെ കണ്ടില്ല. ഈ സന്ദർഭം, സമർഥമായി ഉപയോഗപ്പെടുത്തുകയായിരുന്നു, രാമൻ. ബാലിയുടെ ജീവിത പൂർത്തീകരണമാണ് രാമന്റെ കൈകൊണ്ടുള്ള വധമെന്ന് ന്യായീകരിക്കുന്നുണ്ട്. എന്നാൽ ഇതെല്ലാം തന്നെ നീതിരഹിതമായ പ്രമാണങ്ങളുടെ സമർഥനം മാത്രമാണ്. തെറ്റ്, ദേവന്മാർ ചെയ്താൽ പോലും അത് തെറ്റുതന്നെയാണെന്നു പറയുന്നത് ഒരു ഭാരതീയ ആപ്തവാക്യമാണ്. നിയമത്തിനും നീതിക്കും മുന്നിൽ എല്ലാവരും സമന്മാരാ

ണെന്നത് സാർവലൗകികമായി അംഗീകരിക്കപ്പെട്ട ഒരു തത്വമാണ്. ദൗർഭാഗ്യകരമെന്നു പറയട്ടെ, ഈ നീതി വാക്യത്തിനെതിരാണ് ബാലി വധമുൾപ്പെടെയുള്ള *രാമായണ*ത്തിലെ പല പ്രവൃത്തികളും. എന്നാൽ ചരിത്രത്തിലെ ആദ്യത്തെ ആൾദൈവമായ രാമനുൾപ്പെടെയുള്ള മഹാന്മാരുടെ മുന്നിൽ യുക്തി ബോധത്തിന്റെ സാർവലൗകിക നിയമങ്ങളെല്ലാം തകർന്നടിയുന്നു.

ബാലിയെ വധിച്ച രാമൻതന്നെ, സംസ്കാരക്രിയകളും നിർദേശിച്ചു. സുഗ്രീവനത് സസന്തോഷം ചെയ്തു. രാമന്റെ അഭിലാഷവും അനുഗ്രഹവും സ്വീകരിച്ച് സുഗ്രീവൻ വാനരരാജാവായി അഭിഷിക്തനായി. അധികകാലം കഴിയുംമുമ്പെ, വാനരന്മാർ സീതയെയും അന്വേഷിച്ച് രാജ്യമെങ്ങും സഞ്ചരിച്ചു. ചിരഞ്ജീവിയും അതിബലവാനുമായ ഹനുമാൻ, രാമ മുദ്രയുംകൊണ്ട് ദക്ഷിണഭാഗത്തേക്ക് യാത്രയായി. ലങ്കയിലെത്തിയ ഹനുമാൻ ഹിതോപദേശം നടത്തി. അശോകവനികയിലെത്തിയ ഹനുമാൻ സീതയെകണ്ട് ചൂഡാമണിയും വാങ്ങി. രാമന്റെ അടുത്തെത്തിയ ഹനുമാൻ സീതയുടെ വിവരങ്ങൾ രാമനെ ധരിപ്പിച്ചു.

ഒരു മഹായുദ്ധത്തിന്റെ പുറപ്പാട്

ഇതിഹാസങ്ങളിലെ ഏറ്റവും ശക്തമായ യുദ്ധങ്ങളിലൊന്നാണ് രാമ - രാവണയുദ്ധം. ലോക ഇതിഹാസങ്ങളെല്ലാം തന്നെ മഹായുദ്ധങ്ങളുടെ ആഖ്യാനങ്ങളാണ്.

ധർമം ജയിക്കാൻവേണ്ടി അധർമത്തിനെതിരായി നടത്തിയ യുദ്ധമാണവയെന്ന് പൊതുവിൽ വിശേഷിപ്പിക്കപ്പെടുന്നു. നീതിയെ ചവിട്ടിമെതിച്ച അനീതിയുടെ കാവൽക്കാർക്കെതിരെ നീതിയുടെ മഹാഭടന്മാർ നടത്തിയ യുദ്ധമെന്ന നിലയിൽ ഇതിഹാസ യുദ്ധങ്ങൾ ആദർശവൽക്കരിക്കപ്പെടുന്നു. *മഹാഭാരത*ത്തിലെ, കൗരവ-പാണ്ഡവ യുദ്ധവും *ഇലിയഡിലെ*, ഗ്രീക്ക്-ട്രോജൻയുദ്ധവും മഹത്തായ യുദ്ധങ്ങൾതന്നെ. ഇവയിൽ രാമ-രാവണയുദ്ധത്തിന് സവിശേഷ പ്രാധാന്യമുണ്ട്. *മഹാഭാരത*വുമായി താരതമ്യം ചെയ്യുമ്പോൾ ചെറിയ യുദ്ധമാണ് രാമ- രാവണയുദ്ധമെങ്കിലും അവയ്ക്കു പല സവിശേഷതകളുമുണ്ട്. *മഹാഭാരത*ത്തിലെപ്പോലെ സങ്കീർണമായ സൈനിക സന്നാഹങ്ങളോ ആയുധങ്ങളോ യുദ്ധതന്ത്രങ്ങളോ യുദ്ധ ദൈർഘ്യമോ രാമായണയുദ്ധത്തിനില്ല. പക്ഷേ, സൂക്ഷ്മമായ വായനയിൽ ശ്രദ്ധിക്കപ്പെടുന്ന പല പാഠങ്ങളും രാമ-രാവണയുദ്ധത്തിനുണ്ട്. യുദ്ധവർണനയെക്കാൾ, യുദ്ധസന്നാഹത്തിനാണ് *രാമായണ*ത്തിൽ പ്രാധാന്യം കാണുന്നത്.

ലങ്കാധിപതിയായ രാവണനാണ് രാമന്റെ ജന്മശത്രു. രാവണനിഗ്രഹമാണല്ലോ വിഷ്ണുവിന്റെ അവതാരലക്ഷ്യം. വിശ്വസുന്ദരിയും മഹാനായ രാമന്റെ ധർമപത്നിയുമായ സീതയെ രാമന് തിരികെ കൊടുക്കാൻ വിഭീഷണൻ, ജ്യേഷ്ഠനായ രാവണനെ ഉപദേശിച്ചു. രാവണൻ വഴങ്ങുന്നില്ലെന്നു കണ്ടപ്പോൾ, വിഭീഷണൻ രാമപക്ഷം ചേർന്നു. വിഭീഷ

ണൻ ചതിയനാണെന്ന് പലരും പറഞ്ഞു. ആപൽഘട്ടത്തിൽ ജ്യേഷ്ഠനെ വിട്ട് ശത്രുപക്ഷം ചേരുന്ന വിഭീഷണനെ വിശ്വസിക്കരുതെന്ന് രാമനെ പലരും ഉപദേശിച്ചു. പക്ഷേ, രാമൻ ചെവിക്കൊണ്ടില്ല. രാമന് രാമന്റേതായ തീരുമാനങ്ങളുണ്ട്. കൃത്യമായ ആദർശങ്ങളിൽ അടിയുറച്ചതാണത്. തന്നിൽ ആര് അഭയം തേടുന്നുവോ, അവരാരാകട്ടെ, അവരുടെ ഭൂതകാലമെന്തുമാകട്ടെ അവരെ താൻ സംരക്ഷിക്കുമെന്നതാണ് രാമന്റെ ദൃഢപ്രതിജ്ഞ. രാമൻ ദൃഢചിത്തനാണ്. ത്യാജ്യഗ്രാഹ്യവിവേചന ബുദ്ധിയുള്ള ആളാണ്. സ്ഥിതപ്രജ്ഞനാണ്. ഇതു മനസിലാക്കിയ എല്ലാവരും തന്നെ രാമന്റെ ദൃഢതയ്ക്കുമുന്നിൽ അടിയറവ് പറഞ്ഞു. രാമന്റെ ഹൃദയസ്പന്ദനത്തിലൂടെ ആ മനസിന്റെ താളമറിയാൻ കഴിയുന്ന ഒരേയൊരാൾ ഹനുമാനാണ്. ഹനുമാൻ മാത്രം രാമന്റെ ഇംഗിതത്തെ നേരത്തേ പിന്തുണച്ചിരുന്നു. ശത്രുവിനോടുപോലും യുദ്ധമര്യാദകാണിക്കണമെന്ന കാര്യം രാമനിലൂടെ ലോകമറിയുന്നുണ്ടെങ്കിലും ബാലി വധത്തിലും മറ്റും അത് തെറ്റുകയാണ് ചെയ്യുന്നത്.

ഭാരതഭൂമിയിൽനിന്നും ലങ്കയിലെത്തുക ക്ഷിപ്രസാധ്യമല്ല. കടലിൽ ചിറകെട്ടിയേ അത് സാധ്യമാവുകയുള്ളൂ. തന്റെ പ്രിയതമ തന്നിൽ നിന്നും അപഹരിക്കപ്പെട്ടിരിക്കുന്നു. സാത്വികമനസ്കയും നിഷ്കളങ്കയുമായ തന്റെ പ്രിയതമ, തന്നെ പിരിഞ്ഞിരിക്കുന്നു. അവളിന്ന് കാമാർത്തനും ദുഷ്ട ഹൃദയനുമായ ശത്രുവിന്റെ പാളയത്തിൽ വിരഹിണിയായി കഴിയുകയാണെന്ന സത്യം രാമന്റെ മനസിനെ മഥിച്ചു. സർവ സന്നാഹങ്ങ

ളോടെയും ലങ്ക കീഴടക്കണം. ശത്രുസംഹാരം നടത്തി പ്രിയപത്നിയെ വീണ്ടെടുക്കണം.

രാമനും സൈന്യവും ലങ്കയിലെത്തി. രാമൻ, രാവണന്റെയടുക്കൽ ദൂതനെ അയച്ചു. ഒന്നുകിൽ സീതയെ തിരിച്ചു നൽകി രാമപാദം പൂണ്ട് മാപ്പപേക്ഷിക്കുക. അല്ലെങ്കിൽ യുദ്ധത്തിനു തയാറായിക്കൊൾക. ഇതായിരുന്നു സന്ദേശം. കീഴടങ്ങാൻ രാവണൻ തയാറായിരുന്നില്ല. കാരണം, രാവണനും തന്റേതായ ന്യായങ്ങളുണ്ടായിരുന്നു. നിഷ്കളങ്കയായ തന്റെ സഹോദരിയെ വിരൂപയാക്കുകയും അപമാനിക്കുകയും ചെയ്തവനാണ് രാമൻ. അത്രയും ഹിംസ, സീതയോട് രാവണൻ ചെയ്തിട്ടില്ല. തന്റെ നിഷ്ഠൂരപ്രവൃത്തിനിമിത്തം താനനുഭവിക്കേണ്ടിവന്ന മനോവേദനയുടെ ആഴം രാമനും അറിയണം. ഇതാണ് രാവണന്റെ ന്യായവാദം. ഇത് തെറ്റാണെന്ന് വിധി എഴുതുക അസാധ്യമാണ്. രാവണൻ യുദ്ധത്തിനു തയാറായി. അതിഭയാനകയുദ്ധമായിരുന്നു, രാമ-രാവണയുദ്ധം. ഇരുപക്ഷവും അതിസാഹസികവും ധീരോദാത്തവുമായി അടരാടി.

രാവണന്റെ ഘോരമായ ആക്രമണമേറ്റ് സർവലോകപ്രതാപിയായ ഹനുമാൻപോലും കുഴങ്ങി. ലക്ഷ്മണനും രാവണബാണത്തിന്റെ രുചിയറിഞ്ഞു. ലക്ഷ്മണൻ രാവണാഘാതത്തിൽ ഹതാശനായി. അനന്തരം രാമനോടായി രാവണന്റെ പോര്. രാവണന്റെ രഥത്തെയും കുതിരയെയും രാമൻ തകർത്തു. തേരാളിയെ വധിച്ചു. രാവണന്റെ വില്ല് താഴെവീണു. കിരീടം, രാമബാണത്തിന്റെ ആഘാതമേറ്റ് നിലംപതിച്ചു. വിശ്രമരഹിതമായ ഘോരയുദ്ധത്തിന്റെ ഫലമായി രാവണൻ ഒരു വേള സ്തംഭിച്ചു. ആ ബലിഷ്ഠഹസ്തങ്ങൾ, രാമാക്രമണത്താൽ തളർന്നു പോയി. രാമൻ, രാവണനെ ആ സന്ദർഭത്തിൽ വധിച്ചില്ല. യുദ്ധത്തിൽ തളർന്നിരിക്കുന്ന രാവണനെ താൻ വധിക്കില്ലെന്നു രാമൻ അറിയിച്ചു. യുദ്ധവീര്യം വീണ്ടെടുത്തു തന്റെ നേർക്കുവരാൻ രാമൻ, രാവണനെ ഉപദേശിച്ചു. തുടർന്നു നടന്ന അതിഘോരമായ യുദ്ധത്തിൽ രാവണൻ വധിക്കപ്പെട്ടു. ഏഴുദിവസം നീണ്ടുനിന്ന യുദ്ധമായിരുന്നു, രാമ-രാവണയുദ്ധം. സീതയെ അപഹരിച്ച് ഇക്ഷ്വാകുവംശത്തിനും തന്റെ യശസിനും സീതയ്ക്കും അപമാനം വരുത്തിവെച്ച രാവണനെന്ന ശത്രുവിനോട് രാമൻ കാണിച്ച ഉദാരത മഹത്തരം തന്നെ, ഒരാൾ, തന്റെ മിത്രത്തോടും സ്നേഹഭാജനങ്ങളോടും എങ്ങനെ പെരുമാറുന്നുവെന്നതിനേക്കാൾ പ്രധാനം ശത്രുവിനോട് എങ്ങനെ പെരുമാറുന്നുവെന്നതാണ്. ഇഷ്ടഭാജനത്തെ സ്നേഹിക്കുക എന്നത് ജന്തു സഹജമാണ്. എന്നാൽ ശത്രുവിനോട് യുദ്ധം ചെയ്യുമ്പോൾ യുദ്ധമര്യാദപാലിക്കുകയെന്നത് ഉയർന്ന മനസുള്ളവർക്കുമാത്രം കഴിയുന്ന ഒന്നാണ്. ശത്രുവാണെന്നു കരുതി സർവ മാനുഷിക മൂല്യങ്ങളും ചവിട്ടിമെതിച്ചുകൊണ്ട്, ഹിംസ്രജന്തുവിനെപ്പോലെ പെരുമാറുകയായിരുന്നില്ല, രാമൻ. മാത്രമല്ല, മരണപ്പെട്ട രാവണന്റെ സംസ്കാര ക്രിയകൾ നടത്താനും രാമൻ നിർദേശിച്ചു. രാവണൻ മരിച്ചതോടെ, അയാളിൽ തനിക്കുള്ള ശത്രുത ഇല്ലാതായിയെന്ന് രാമൻ പറയുന്നുണ്ട്.

രാവണവധത്തിനുശേഷം രാവണസഹോദരനായ വിഭീഷണൻ ലങ്കാ

ധിപതിയായി അഭിഷേകം ചെയ്യപ്പെട്ടു. ലക്ഷ്മണനാണ് ഈ അഭിഷേക കർമത്തിന് നായകത്വം നൽകിയത്. ശത്രുനിഗ്രഹം കഴിഞ്ഞ് രാമൻ സീതയുടെ അടുത്തെത്തി. ഇരുവരുടെയും മനസുകൾ വികാരവിജൃംഭിതമായി. സ്വയംവരം കഴിഞ്ഞശേഷം ഇതുപോലൊരു വിരഹം ഉണ്ടായിട്ടില്ല. മാത്രമല്ല, ശത്രുവിന്റെ പാളയത്തിൽ തടവിലടക്കപ്പെട്ടവളായിരുന്നു സീത. ഉറ്റവരെയും എല്ലാമെല്ലാമായ രാമനെയും പിരിഞ്ഞ്, സീത കണ്ണീർകുടിച്ചു കഴിയുകയായിരുന്നു. കുറ്റബോധം സീതയുടെ മനസിനെ മഥിച്ചിരുന്നു. ലക്ഷ്മണനെ, നിഷ്കളങ്കനും, തന്നെ മാതാവിനെപ്പോലെ ആരാധിക്കുന്നവനുമായ പ്രിയ സോദരനെ എന്തുമാത്രം താൻ ഭർത്സിച്ചു; ആക്ഷേപിച്ചു. എല്ലാം രാമനുവേണ്ടിയായിരുന്നുവെങ്കിൽപ്പോലും അടിസ്ഥാനരഹിതമായ കുറ്റാരോപണങ്ങൾ ഒരാളുടെ മേൽ കെട്ടിവെക്കുന്നത് എന്തുമാത്രം ഹീനമാണ്. ഒന്നും, പക്ഷേ, ബോധപൂർവമായിരുന്നില്ല. ഇപ്പോഴിതാ പ്രിയപ്പെട്ട രാമൻ തന്റെയടുക്കലെത്തിയിരിക്കുന്നു. രാമനെ അതിരറ്റു സ്നേഹിച്ചുവെന്നതുമാത്രമായിരുന്നു തന്റെ കുറ്റം. ആ കുറ്റമാണ് തന്നെ അശോകവനിയിലെത്തിച്ചത്. ഇന്നിതാ ഭർത്താവ് തന്നെ സ്വീകരിക്കാനെത്തിയിരിക്കുന്നു. പക്ഷേ, മന്ദഹാസത്തോടെയും, വികാരവായ്പോടെയും തന്നെ എതിരേൽക്കേണ്ട രാമന്റെ കണ്ണിൽ സീത കണ്ടത് രൂക്ഷമായ ഒരു ഭാവം. തനിക്കു തികച്ചും അപരിചിതമായ ഭാവം. സീതയുടെ മനസിൽ ഉൽക്കണ്ഠകൾ നിറഞ്ഞു. രാമനെന്തുപറ്റി. ദാഹജലത്തിനു വേണ്ടി ദാഹിക്കുന്ന വേഴാമ്പലിനെപ്പോലെ, സീത, ഒരിറ്റുസ്നേഹത്തിനായി കാരുണ്യത്തിനായി രാമന്റെ കണ്ണുകളിലേക്കു നോക്കി. അവളുടെ മനസ്സ് യാചിക്കയായിരുന്നു. രാമനാവട്ടെ, സീതയോട് പറഞ്ഞതിതാണ്; “ശത്രു നിഗ്രഹത്തിലൂടെ ഞാനെന്റെ പൗരുഷം പ്രകാശിപ്പിച്ചു. എന്റെ രോഷം അസ്തമിച്ചു. നിന്നെ ഞാൻ സംശയിക്കുന്നു. അന്ധന് ദീപമെന്നപോലെ, എനിക്ക് അപ്രാപ്യയാണു നീ. നീ എവിടേക്കെങ്കിലും പോയ്ക്കൊള്ളൂ.”

ഇവിടെ രാമന്റെ എല്ലാ മഹത്വവും ഉരുകിയൊഴുകുകയാണ്. ലോക ഇതിഹാസങ്ങളിൽ ഇതിലും തീവ്രവും സ്തോഭജനകവുമായ മറ്റൊന്നില്ല. ഇതിലും ക്രൂരമായ മറ്റൊന്നില്ല. സീത, കളങ്കിതയാണെന്ന് സംശയിക്കുന്നുവെന്നതാണ് രാമന്റെ ദൗർബല്യം. ലോകർ അങ്ങനെ കരുതുന്നതുകൊണ്ടല്ല, രാമനുതന്നെ അവളിൽ സംശയമുള്ളതുകൊണ്ടാണ് സീത പരിത്യജിക്കപ്പെട്ടത് എന്നതിന് മറ്റൊരു തെളിവ് വേണ്ട. പലരും കരുതുന്നത്, സീതയെപ്പറ്റി ആളുകൾ ദൂഷണം പറയുന്നതുകൊണ്ടാണ് രാമൻ, സീതയെ ഉപേക്ഷിച്ചതെന്നാണ്. ഇതുശരിയല്ല. രാമന്റെ മനസ്സ് യുദ്ധരംഗത്ത് ദൃഢമായിരിക്കാം. ശക്തമായിരിക്കാം. പക്ഷേ, സീതയെ ഒരു സ്വതന്ത്രവ്യക്തിത്വമുള്ള മനുഷ്യനെന്നതിനേക്കാൾ, തനിക്കു കീഴടങ്ങി ജീവിക്കേണ്ട സ്ത്രീയായിട്ടാണ് രാമൻ പരിഗണിച്ചത്. സീതയ്ക്കെതിരായ സംശയം, അവരുടെ പാതിവ്രത്യത്തിനെതിരായ സംശയം ആദ്യമുയരുന്നത് രാമന്റെ മനസിലാണ്. *രാമായണ*ത്തിലെ ഏറ്റവും ഗൗരവമേറിയ വിഷയമാണിത്. വാൽമീകിയുടെ കാലഘട്ടത്തിലെ പുരുഷാധിഷ്ഠിത

കുടുംബഘടനയുടെ മൂല്യങ്ങളാണ് രാമനിൽ ഇത്തരമൊരു സന്ദേഹം വളർത്തുന്നത്. സീതയെക്കൊണ്ട് തനിക്കിനി യാതൊരു പ്രയോജനവുമില്ലെന്നാണ് രാമൻ പറയുന്നത്. പരപുരുഷന്റെ ഗൃഹത്തിൽ താമസിച്ച സീത കളങ്കിതയാണെന്നു രാമൻ സംശയിക്കുകമാത്രമല്ല, വിധിയെഴുതുകയുമായിരുന്നു.

രാമന്റെ വാക്കുകൾ സീതയുടെ നെഞ്ചുപിളർക്കുന്നതായിരുന്നു. രാവണൻ തന്നെ അപഹരിച്ചപ്പോഴോ, അശോകവനിയിൽ അപരിചിതരായ രാക്ഷസവൃന്ദത്തോടൊപ്പം വിരഹിണിയായി കഴിഞ്ഞപ്പോഴോ, രാവണൻ തന്നോട് പ്രണയാഭ്യർഥന നടത്തിയപ്പോഴോ ഒന്നും തന്നെ സീതയുടെ മനസ്സ് ഇത്രമാത്രം വേദനിച്ചിരുന്നില്ല. സീതയുടെ നെഞ്ചിൽ തീ പടർന്നു. കണ്ണുനീരോടെ, അവർ സർവ ദൈവങ്ങളെയും വിളിച്ചു പ്രാർഥിച്ചു. തന്റെ മനസിൽ രാമനല്ലാതെ മറ്റൊരു പുരഷനു സ്ഥാനമുണ്ടായിരുന്നില്ല. രാമൻ തന്നെ സ്നേഹിച്ചതിനേക്കാൾ നൂറുമടങ്ങ് സീത രാമനെ സ്നേഹിച്ചിരുന്നു. അതു വെറുമൊരു സ്നേഹമായിരുന്നില്ല. ആരാധനയും ഉപാസനയുമായിരുന്നു. അതിൽ പ്രണയത്തിന്റെ നൈർമല്യവും കാമമോഹിതഹൃദയത്തിന്റെ മാദകഭാവവും ലയിച്ചുചേർന്നിരുന്നു. അന്ന് സ്വയംവരപ്പന്തലിൽ സർവാഭരണവിഭൂഷിതനായി അഴകിന്റെ വിശ്വരൂപമായിനിന്നു ജ്വലിച്ച രാമരൂപം സീതയെ ആവേശിച്ചു കഴിഞ്ഞിരുന്നു. താൻ ജനിച്ചതുതന്നെ രാമനുവേണ്ടിയാണെന്ന ഒരു അബോധധാരണ സീതയ്ക്കുണ്ടായിരുന്നു. തന്റെ ഹൃദയത്തിന്റെ താളംപോലും രാമന്റെ മനസിന്റെ താളമാണെന്നവൾ കരുതി. സർവസൗഭാഗ്യങ്ങളുമുള്ള ജനകരാജകൊട്ടാരത്തിൽനിന്നും രാമന്റെ കൈ പിടിച്ച് പടിയിറങ്ങുമ്പോൾ, സീത രാമന്റെ ഹൃദയത്തിന്റെ പകുതിയായി മാറിക്കഴിഞ്ഞിരുന്നു. വനവാസത്തിനു പോവാൻ രാമൻ മുതിർന്നപ്പോഴും സീതയ്ക്ക് ഉൽക്കണ്ഠയുണ്ടായിരുന്നില്ല. കാരണം, രാമനുണ്ടെങ്കിൽ സീതയ്ക്ക് ഏതു കാനനവും രാജകൊട്ടാരം തന്നെയാണ്. രാമനുണ്ടെങ്കിൽ ഏതു കണ്ണീർപ്പുഴകളും കടക്കാൻ സീതയ്ക്ക് പ്രയാസമില്ല. കാരണം, രാമൻ തന്നെ സ്നേഹിക്കുന്നു, വിശ്വസിക്കുന്നു. വിശ്വാസമാണ് സ്നേഹത്തിന്റെ അടിത്തറ. രാമൻ തന്നെ സ്നേഹിക്കുന്നുവെന്നതും ഒരു വിശ്വാസമായിരുന്നല്ലോ സീതയ്ക്ക്. ആ വിശ്വാസമാണ് ഇവിടെ തകരുന്നത്. രാമന്റെ സമീപനം ക്രൂരമാണെന്നും ഇതിലും ഭേദം ആത്മഹനനമാണെന്നും സീത കരുതി. സീത ലക്ഷ്മണനോട് ചിതയൊരുക്കാൻ ആവശ്യപ്പെട്ടു. തനിക്കിനി ജീവിക്കാൻ ആഗ്രഹമില്ലെന്നും അപമാന ഭാരത്താൽ താൻ തകർന്നിരിക്കയാണെന്നും സീത പറഞ്ഞപ്പോൾ ലക്ഷ്മണന് അത് സഹിക്കാൻ കഴിഞ്ഞില്ല. എന്നാൽ രാമനുമുന്നിൽ സമചിത്തത വിടാതെ നിന്നു, ലക്ഷ്മണൻ. ലക്ഷ്മണൻ ചിതയൊരുക്കി. സർവ ദൈവങ്ങളെയും രാമനെയും ആചാര്യന്മാരെയും നമിച്ച്, അഗ്നിയെ വലംവെച്ച് സീത ചിതയിൽ ചാടി. പവിത്രയാണുതാൻ എങ്കിൽ അഗ്നി ദേവൻ തന്നെ വിഴുങ്ങുകയില്ല. അതല്ല താൻ ചാരിത്ര്യഭംഗം വന്നവളാണെങ്കിൽ അഗ്നിയിൽ എരിഞ്ഞുതീരും. ഇതാണ് ചിതയിൽ ചാടും മുമ്പ് സീത പറഞ്ഞത്. എന്നാൽ അഗ്നിദേവൻ ഒരമ്മ

കുഞ്ഞിനെയെന്നപോലെ അങ്കതലത്തിലെടുത്തുകൊണ്ട് ഉയർന്നുവരികയായിരുന്നു.

അഗ്നിദേവൻ രാമനോടായി ഇങ്ങനെ പറഞ്ഞു:

"ഏഷാതേ രാമ വൈദേഹീ പാപമസ്യാം ന വിദ്യതേ" (ഹേ രാമ, അങ്ങയുടെ സീത ഇതാ. ഇവളിൽ യാതൊരു പാപവുമില്ല).

ചാരിത്ര്യം, പാതിവ്രത്യം, കന്യകാത്വം തുടങ്ങിയ സങ്കൽപ്പങ്ങളെല്ലാം തന്നെ പുരുഷാധിഷ്ഠിത കുടുംബസങ്കൽപ്പങ്ങളിൽ നിന്നുയർന്നുവരുന്നതാണ്. ഇതൊന്നും തന്നെ പുരുഷനു ബാധകമായ മൂല്യങ്ങളുമല്ല. *രാമായണ*ത്തിലെ സീതയുടെ അഗ്നിപ്രവേശം, ഈ പുരുഷാധിഷ്ഠിത മൂല്യങ്ങളുടെ നിഷ്ഠൂരതയാണ് വെളിവാക്കുന്നത്. ഭർത്താവു മരിച്ചാൽ വിധവയെന്ന വിശേഷണം സ്ത്രീക്കുമേൽ ചാർത്തപ്പെടുന്നു. വിധവയായ സ്ത്രീ ചിതയിൽ ചാടി സ്വയം മരിക്കണമെന്ന് അനുശാസിക്കപ്പെടാൻ കാരണവും ഈ ചാരിത്ര്യസങ്കൽപ്പം തന്നെയാണ്. ഇരുപതാം നൂറ്റാണ്ടിൽ പോലും ഇന്ത്യയിൽ സതിയനുഷ്ഠിക്കപ്പെട്ടിട്ടുണ്ട്. ഇത്ര ഹീനമായ ഒരു സാമൂഹികാചാരത്തിന് അംഗീകാരം നൽകിയത് ചാതുർവർണ്യവ്യവസ്ഥയും അതിന്റെ ബ്രാഹ്മണ്യ സങ്കൽപ്പങ്ങളുമാണ്. ഇതിനെല്ലാം പ്രചോദനം *രാമായണം* പോലുള്ള കൃതികളിലെ സ്ത്രീ സങ്കൽപ്പങ്ങളിൽ നിന്നുമാണ്.

ക്ഷത്രിയരാജവംശത്തിന്റെ യശസ്സ് നിലനിർത്തുകയെന്നതാണ് രാമന്റെ ഉദ്ദേശ്യം. ബ്രാഹ്മണാധിഷ്ഠിത മൂല്യങ്ങൾ തന്നെയാണ് ക്ഷത്രിയന്മാരെയും നയിക്കുകയും നിയന്ത്രിക്കുകയും ചെയ്തത്. സ്ത്രീയുടെ വ്യക്തിത്വത്തെയും അന്തസിനെയും ചോദ്യം ചെയ്യുന്ന പ്രാകൃതമായ ആചാരമാണ് അഗ്നിപ്രവേശം. ഇരുപതാം നൂറ്റാണ്ടിൽപ്പോലും സതിയനുഷ്ഠാനം ഇന്ത്യയെപ്പോലൊരു രാജ്യത്ത് നടന്നിട്ടുണ്ടെങ്കിൽ *രാമായണ* കാലഘട്ടത്തിൽ അഗ്നിപ്രവേശം നടന്നതിൽ അത്ഭുതത്തിനവകാശമില്ല. യഥാർഥത്തിൽ അന്ന് നടന്നിട്ടുള്ള സതിയനുഷ്ഠാനങ്ങൾ തന്നെയാവാം ഈ അഗ്നിപ്രവേശം.

സീതയുടെ അഗ്നിപ്രവേശം കഴിഞ്ഞ് രാമൻ ഭരദ്വാജന്റെ ആശ്രമത്തിലെത്തി. തുടർന്ന് താൻ തിരിച്ചുവന്ന വാർത്ത ഭരതനെ അറിയിക്കാൻ ഹനുമാനെ നിയോഗിച്ചു. വിജയ ശ്രീലാളിതനായി രാമൻ തിരിച്ചുവന്ന വാർത്തയറിഞ്ഞ് ഭരതൻ സന്തോഷിച്ചു. രാമൻ സ്വഭവനത്തിലെത്തി. ആഹ്ലാദപുരസരം, ഭരതൻ രാജകിരീടം, രാമനെ ഏൽപ്പിച്ചു. അയോധ്യയിലെ രാജാവായി രാമൻ അഭിഷിക്തനായി. ആദർശനിഷ്ഠനായ രാജാവായിരുന്നു, രാമൻ. പ്രജകളുടെ താൽപ്പര്യത്തിനും രാജവംശത്തിന്റെ യശസിനുമല്ലാതെ, സ്വന്തം വ്യക്തിതാൽപ്പര്യത്തിന് ഒരിക്കലും രാമൻ മുൻഗണന കൊടുത്തില്ല. ഈ നിലയിൽ ഒരു ആദർശ ഭരണാധികാരിയെന്ന പരിവേഷം രാമനു ലഭിച്ചു. പ്രജാക്ഷേമ തൽപ്പരനായിരുന്നു രാമൻ. പ്രജകളുടെ ക്ഷേമൈശ്വര്യങ്ങൾക്കു മുൻഗണന നൽകിയ രാമകാലഘട്ടത്തിൽ അയോധ്യ സമൃദ്ധിയിലാറാടിയിരുന്നു. അതുകൊണ്ടുതന്നെ സമൃദ്ധിയുടെയും സമാധാനത്തിന്റെയും ഉദാത്ത മാതൃകയായി 'രാമ

രാജ്യം' എന്ന സങ്കൽപ്പം ഉയർന്നുവന്നു. ഗാന്ധിജിയുടെ ആദർശലോകമാണ് രാമരാജ്യം. യഥാർഥത്തിൽ ചാതുർവർണ്യത്തിലും ജാതി വ്യവസ്ഥയിലും അധിഷ്ഠിതമായ ഒരു സാമൂഹിക വ്യവസ്ഥ തന്നെയാണ് രാമരാജ്യം. ശംഭൂകനെന്ന ശൂദ്രൻ തപസ്സനുഷ്ഠിച്ചപ്പോൾ രാമൻ അയാളെ ശിരച്ഛേദം ചെയ്യുകയായിരുന്നു. കാരണം, രാമന്റെ കാലഘട്ടത്തിലെ നീതിസംഹിതയും ഭരണവ്യവസ്ഥയുമനുസരിച്ച് വർണവ്യവസ്ഥയുടെയും ജാതീയതയുടെയുമടിസ്ഥാനത്തിലാണ് എല്ലാം നിർണയിക്കപ്പെട്ടിരുന്നത്. ദാനവും ദാനസ്വീകരണവും അധ്യാപനവും അധ്യയനവും ബ്രാഹ്മണന്റെ കുത്തകയായിരുന്നു. ബ്രാഹ്മണ സ്ത്രീകൾക്കുപോലും അധ്യാപനവും അധ്യയനവും നിഷിദ്ധമായിരുന്നു. ആദിവൈദിക കാലഘട്ടത്തിൽ ചില സ്ത്രീകൾക്ക് വേദവിദ്യാഭ്യാസം ലഭിച്ചിരുന്നെങ്കിലും പിൽക്കാലത്ത് ബ്രാഹ്മണ പുരുഷന്മാരുടെ കുത്തകയായിമാറി. അക്കാലത്ത് സംസ്കൃത മഹാകാവ്യങ്ങളിൽ നാം കാണുന്നത് രാജാക്കന്മാർ സംസ്കൃതം സംസാരിക്കുമ്പോൾ സ്ത്രീകൾ (രാജ്ഞിപോലും) പ്രാകൃതഭാഷയിൽ സംസാരിക്കുന്നതാണ്. അതുപോലെതന്നെ ശൂദ്രന്മാരും മറ്റും വേദങ്ങൾ പഠിക്കുന്നത് നിഷിദ്ധമായിരുന്നു. വേദങ്ങൾ ശ്രവിക്കുന്നതുപോലും അവർക്ക് നിഷേധിക്കപ്പെട്ടിരുന്നു. ഇതിനെയെല്ലാമാണ് പൊതുവിൽ അപശൂദ്രാധികരണം എന്നു വിളിക്കുന്നത്. രാമനെപ്പോലുള്ള സാങ്കൽപ്പികകഥാപാത്രങ്ങളെ മഹത്വവൽക്കരിക്കുന്നതിന്റെ ഭാഗമായിട്ടാണ് അയാൾക്ക് വിഷ്ണുവിന്റെ അവതാര പരിവേഷം നൽകിയതും രാമരാജ്യസങ്കൽപ്പം ആദർശവൽക്കരിക്കപ്പെട്ടതും. പിൽക്കാലത്ത് ഇന്ത്യൻ സമൂഹത്തിലും രാഷ്ട്രീയഘടനയിലും ബ്രാഹ്മണർക്കും ക്ഷത്രിയർക്കും മേധാവിത്വം ലഭ്യമാവാൻവേണ്ടി രാമ-സീതാ കഥാപാത്രങ്ങൾ ഉപയോഗപ്പെടുത്തപ്പെട്ടു. മാത്രമല്ല, *രാമായണ*ത്തിന് ഒരു മതപരിവേഷം പകർന്നു നൽകുകയും ചെയ്തു.

പതിനായിരം വർഷം രാമൻ ഭൂമിയിൽ വസിച്ചുവെന്നാണ് ഐതിഹ്യം. ഇതെല്ലാംതന്നെ സാങ്കൽപ്പികമായ കാലഗണനയാണെന്ന് പറയേണ്ടതില്ലല്ലോ. യഥാർഥത്തിൽ അമ്പത്തിയഞ്ചിനു താഴെയാണ് രാമന്റെ പ്രായമെന്നതിന് *രാമായണ*ത്തിൽ തന്നെ പ്രകടമായ ഉദാഹരണങ്ങളുണ്ട്. സീതയുടെ പ്രായം ഏകദേശം നാൽപ്പത്തിയേഴാണ്.

അയോധ്യയിൽ തിരിച്ചെത്തിയ രാമൻ സീതയോടൊപ്പം സമാധാനപൂർണമായ ജീവിതം നയിച്ചു. അതിനിടെ സീത ഗർഭവതിയായി. ഗർഭവതിയായ സീതയുടെ ഇംഗിതമനുസരിച്ച് രാമൻ അവളെ ഗംഗാതീരം സന്ദർശിക്കാൻ അനുവദിച്ചു. ഗംഗാതീരത്തെ മഹർഷികളുടെ തപോവനങ്ങൾ കണ്ട് സീതാദേവി സായൂജ്യമടഞ്ഞു. ഇതിനിടയിലാണ് ലോകർ സീതയെക്കുറിച്ച് നടത്തുന്ന അപവാദങ്ങൾ രാമന്റെ ചെവിയിലെത്തിയത്. ഉഗ്രപൗരുഷമൂർത്തിയായ രാവണൻ, സീതയെന്ന സൗന്ദര്യധാമത്തെ മടിയിലിരുത്തി ലങ്കയിൽ കൊണ്ടുപോയതും അവിടെ ഏറെക്കാലം താമസിച്ചതുമെല്ലാം ആളുകൾ പറഞ്ഞു ചിരിക്കുന്നു. ജനം രാമനെ പുച്ഛിക്കുന്നു, പഴിക്കുന്നു. ഒരാദർശ മൂർത്തിയായ രാമൻ ഇതെങ്ങനെ സഹി

ക്കും. രാമനെങ്ങനെ മാതൃകാഭരണാധികാരിയാവും. സീത അഗ്നിശുദ്ധി വരുത്തിയവളാണ്. സീത മാനഭംഗംചെയ്യപ്പെട്ടിട്ടില്ലെന്ന് രാമനറിയാം. ജനത്തിനുമറിയാം. രാവണൻ സീതയെ മാനഭംഗം ചെയ്തിട്ടില്ലെന്നത് ആരും പരിഗണിക്കുന്നില്ല. സീത രക്ഷിക്കപ്പെട്ടത്, അവളുടെ പരിശുദ്ധികൊണ്ടാണെന്നും രാവണന്റെ വിശാലതകൊണ്ടല്ലെന്നും *രാമായണം* പറയുന്നു. പ്രതിനായക കഥാപാത്രത്തിന്റെ തിന്മകൾ മാത്രം കാണുകയും നന്മകൾ തിരസ്കരിക്കുകയും ചെയ്യുകയെന്നതാണ് ലോക ഇതിഹാസങ്ങളുടെ ഒരു പൊതുസ്വഭാവം. അതുപോലെ നായകന്മാരുടെ തിന്മകൾക്കു നേരെ ഇതിഹാസങ്ങൾ ചെവി കൊട്ടിയടക്കുന്നു. സീത കളങ്കിതയല്ലെന്നറിഞ്ഞിട്ടും ലോകാപവാദം ഭയന്നു രാജാവായ രാമൻ സീതയെ കാട്ടിലുപേക്ഷിക്കാൻ തയാറാവുന്നു. ലക്ഷ്മണനെയാണ് രാമനതിന് നിയോഗിച്ചത്. ബന്ധുമിത്രാദികളുടെയും ആചാര്യന്മാരുടെയും അനുവാദം അദ്ദേഹം വാങ്ങി. സുമന്ത്രരുടെ രഥത്തിൽ കയറ്റി സീതയെ ഗംഗയുടെ

മറുകരയിലുള്ള തമസാതീരത്തിൽ വാൽമീകിയുടെ തപോവനത്തിനു സമീപം ഉപേക്ഷിക്കുന്നു. ലോകത്തിലേക്കേറ്റവും ക്രൂരമായ ഒരു പരീക്ഷണത്തിന് സീത വിധേയയാവുകയാണ്. വിശുദ്ധയും സൗമ്യയും സാത്വികയും അപൂർവമായ അംഗലാവണ്യത്താൽ അനുഗൃഹീതയുമായ സീതയെ കാനനമധ്യത്തിൽ ഉപേക്ഷിക്കുകയാണ്, ലക്ഷ്മണൻ. ജനങ്ങളുടെ അപവാദം ഭയന്നാണ് രാമനിതിന് കൽപ്പന നൽകുന്നത്. സത്യത്തിന്റെ കണ്ണുകൾ കുത്തിപ്പൊട്ടിച്ച്, അസത്യത്തിന് സ്വൈരവിഹാരം നടത്താൻ അനുവദിക്കുകയാണ്. അപവാദം പ്രചരിപ്പിക്കപ്പെട്ടു കഴിഞ്ഞിരിക്കുന്നു. അപവാദം സത്യത്തിന്റെ അടിത്തറയിലല്ല കെട്ടിപ്പടുക്കപ്പെട്ടത്. സത്യം സീതയുടെ പക്ഷത്താണ്. എന്നാൽ ലജ്ജാകരമെന്നു പറയട്ടെ, അപവാദികളുടെ പ്രീതിക്കായി സത്യത്തിന്റെ ദീപം തല്ലിക്കെടുത്തുകയാണ് രാമൻ. മരണത്തിനും ജീവിതത്തിനും ഇടയിൽ സീത നിന്നു വേവുകയാണ്. മുനിമാരുടെ ആശ്രമവനിയിലെ ആളുകൾ തന്നെക്കുറിച്ച് എന്തുകരുതും. തെറ്റുചെയ്യാതിരുന്നിട്ടും തെറ്റുകാരിയാവുക. അസഹനീയമായിരുന്നു, സീതയ്ക്ക് ജീവിതം. ഗർഭവതിയായ അവൾക്ക് ആത്മഹത്യ ചെയ്യാൻപോലും കഴിയുന്നില്ല. രാമനെ അവൾ ഭർത്സിച്ചു. തന്റെ ക്രൂരമായ വിധിയോർത്തവൾ തേങ്ങിക്കരഞ്ഞു. ഈ മുഹൂർത്തത്തിന് സാക്ഷിയാവേണ്ടിവന്ന വ്യഥയാൽ ലക്ഷ്മണനും തേങ്ങി. അധികനേരം അവിടെ നിൽക്കാതെ ലക്ഷ്മണൻ പോയി. സീതയുടെ വിലാപം കേട്ട് വാൽമീകിയും തപോവനവാസികളും വന്ന്, അവളെ ആശ്രമത്തിലേക്ക് കൂട്ടിക്കൊണ്ടുപോയി.

സീതാപരിത്യാഗം കഴിഞ്ഞ് ലക്ഷ്മണൻ അയോധ്യയിലെത്തി രാമനെ വന്ദിച്ചു. ഏറെനാൾ കഴിയും മുമ്പേ സീത രണ്ടുകുട്ടികളെ പ്രസവിച്ചു. ലവനും കുശനും—രണ്ടാൺകുട്ടികൾ. ലവണാസുരവധത്തിനായി പോകുമ്പോൾ ശത്രുഘ്നൻ വാൽമീകിയുടെ ആശ്രമം സന്ദർശിച്ചിരുന്നു. അങ്ങനെയാണ് ഈ വാർത്തയറിഞ്ഞത്. ഇതിനിടയിൽ ശ്രീരാമൻ അശ്വമേധയാഗം നടത്താൻ തീരുമാനിച്ചു. ഗോമതീതീരത്താണ് യാഗകവാടം നിർമിക്കപ്പെട്ടത്. ഋഷിവര്യന്മാരും ബന്ധുമിത്രാദികളുമെല്ലാം ഒത്തുചേർന്ന യാഗവേദിയിലേക്ക് വാൽമീകി മഹർഷി കടന്നുവന്നു. ഇതിനു മുമ്പു തന്നെ വാൽമീകി രാമ-സീതാ പുത്രന്മാരായ ലവകുശന്മാർക്ക് *രാമായണം* പഠിപ്പിച്ചുകഴിഞ്ഞിരുന്നു. നിസ്സർഗസുന്ദരമായ കാനനങ്ങളിലും പ്രശാന്തരമണീയമായ പർണശാലകളിലും ലവകുശന്മാർ രാമന്റെ അപദാനങ്ങൾ പാടിയിരുന്നു. ബുദ്ധിശാലികളും മാൻപേടകളെപ്പോലെ സൗമ്യചിത്തരും അംഗലാവണ്യത്തിന്റെ അന്യൂന മാതൃകകളുമായ ലവകുശന്മാർ രാമന്റെ യജ്ഞവേദിയിലുമെത്തി. രാമനെ വന്ദിച്ചു. രാമചരിതഗീതം ആലാപനം ചെയ്തു. ആ വശ്യമോഹന സ്വരത്തിൽ പ്രകൃതിയാകെ കുളിരണിഞ്ഞു. സദസ്യരാകെ വിസ്മയം പൂണ്ടു. കോമളരൂപികളായ ആ ബാലന്മാർ ദിവ്യതേജസ്വികളായ ദേവന്മാരെ അനുസ്മരിപ്പിച്ചു. *രാമായണചരിതം* ആലപിച്ചുകഴിഞ്ഞപ്പോൾ, അത് രചിച്ചതാരാണെന്ന് രാമൻ ആരാഞ്ഞു. വാൽമീകി മഹർഷിയാണ് അത് രചിച്ചതെന്നറിഞ്ഞപ്പോൾ, അദ്ദേഹത്തെ കാ

ണാൻ രാമൻ തിടുക്കം കൂട്ടി. രാമൻ വാൽമീകിയെ കണ്ടുവണങ്ങി. എല്ലാ സത്യങ്ങളും വാൽമീകി രാമനോട് തുറന്നുപറഞ്ഞു. രാമന്റെ ഹൃദയം തേങ്ങി. പശ്ചാത്താപവിവശനായ രാമൻ സീതയോട് തിരിച്ചുവരാനും പവിത്രയാണ് അവളെന്നതിന് സാക്ഷ്യം നൽകാനും വാൽമീകിയോടാവശ്യപ്പെട്ടു. നിറഞ്ഞ സദസ്യരുടെ മുമ്പാകെ, പിറ്റേന്നു പ്രഭാതത്തിൽ സീത പ്രത്യക്ഷയായി. വാൽമീകിയാണു സീതയെ ജനങ്ങൾക്കു പരിചയപ്പെടുത്തിയത്. നിഷ്കളങ്കയായ സീതയുടെ പുത്രന്മാരായ ലവകുശന്മാരുടെ പിതാവ് രാമനാണെന്നും സീത അകളങ്കിതയാണെന്നും താൻ പറയുന്നതു സത്യമല്ലെങ്കിൽ തന്റെ തപഃശക്തി നശിച്ചുപോവട്ടെയെന്നും വാൽമീകി പറഞ്ഞു. രാമനത് ധാരാളം മതിയായിരുന്നു. യഥാർഥത്തിൽ സീത, തെറ്റുകാരിയല്ലെന്നു രാമന് വ്യക്തമായി അറിയാമായിരുന്നു. പരിശുദ്ധയായ സീതയെ സ്വീകരിക്കാൻ താൻ സന്നദ്ധനാണെന്ന് ലോകസമക്ഷം രാമൻ വിളംബരം ചെയ്തു. രാമൻ പറഞ്ഞു:

"മഹർഷേ, അങ്ങയുടെ വാക്കുകൾകൊണ്ടുതന്നെ എനിക്ക് ഉത്തമ വിശ്വാസമായി. സീത അവളുടെ പരിശുദ്ധി മുമ്പേ തെളിയിച്ചതാണ്. സത്യം ചെയ്തതാണ്. അങ്ങനെയാണ് ഞാൻ സീതയെ സ്വീകരിച്ചത്. ലോകാപവാദം ഭയന്ന് അവളെ പരിത്യജിച്ചതിന് പൊറുക്കുക. ഇവർ എന്റെ പുത്രന്മാരാണെന്ന് എനിക്കറിയാം. സീതാദേവിയിൽ ഞാൻ സംപ്രീതനാണ്."

സീത തന്റെ പ്രതിജ്ഞയ്ക്കായി യജ്ഞസദസിലെത്തി. മനസുകൊണ്ടും ശരീരംകൊണ്ടും രാമനെയല്ലാതെ മറ്റൊരു പുരുഷനെ താൻ സ്നേഹിച്ചിട്ടില്ലെന്ന് സീത ശപഥം ചെയ്തു. അതു സത്യമാണെങ്കിൽ ഭൂമിദേവി തന്നെ സ്വീകരിക്കട്ടെയെന്നവൾ ഉഗ്രമായി പ്രാർഥിച്ചു.

ഏറ്റവും ഉഗ്രവും പ്രോജ്ജ്വലവുമായിരുന്നു, സീതയുടെ വാക്കുകൾ. അപരാധിയെന്നു മുദ്രകുത്തപ്പെട്ട് അപമാനിതയാക്കപ്പെട്ട ഒരു സ്ത്രീഹൃദയത്തിന്റെ ഗർജനമായിരുന്നു അത്.

അത്യത്ഭുതമെന്നു പറയട്ടെ ഭൂമി രണ്ടായി പിളർന്നു. വസുന്ധരയുടെ അഗാധതയിൽനിന്നും നയനാഭിരാമമായ ഒരു സിംഹാസനം ഉയർന്നുവന്നു. ഭൂമിദേവി സീതയെ സിംഹാസനത്തിലിരുത്തി സീത അപ്രത്യക്ഷയായി. ദേവകൾ പുഷ്പവർഷം ചൊരിഞ്ഞു. അപ്സരസുകൾ ദുന്ദുഭിനാദം മുഴക്കി. ജനം ഹർഷപുളകിതരായി. ഇത് കണ്ട രാമൻ വിതുമ്പിക്കരഞ്ഞു. തത്സമയം ബ്രഹ്മാവ് പ്രത്യക്ഷനായി തന്റെ ജന്മോദ്ദേശ്യം രാമനെ ധരിപ്പിച്ചു. ഉഗ്രപ്രതാപിയായ രാമന്റെ ഹൃദയം ശൂന്യതയാൽ നിറഞ്ഞു. അലൗകികമായ നിസ്സംഗത രാമനെ പൊതിഞ്ഞു. ലോകേതിഹാസങ്ങളിൽ വെച്ചേറ്റവും ഹൃദയഭേദകമായ ദുരന്തമായിരുന്നു, സീതയുടെ അന്ത്യം. *രാമായണം* ഒരു ദുരന്തകാവ്യമാണ്. ദുരന്ത ബോധം (tragic sense) പാശ്ചാത്യമാണെന്നും ഇന്ത്യക്ക് അത്തരമൊരു ദുരന്തസങ്കൽപ്പമില്ലെന്നും *രാമായണം* ദുരന്തകാവ്യമല്ലെന്നും ഒരു വാദഗതിയുണ്ട്. സാമാന്യബോധത്തിൽ രൂപപ്പെട്ടതും ദൃഢമായതുമായ ഈ വാദഗതി അടിസ്ഥാനരഹിതമാണെന്ന് വ്യക്തമാവാൻ *വാൽമീകിരാമായണം* സൂക്ഷ്

മമായി പഠിക്കണമെന്നില്ല. യഥാർഥത്തിൽ പാശ്ചാത്യ ദുരന്തകാവ്യങ്ങളേക്കാൾ ദുരന്തം അലിഞ്ഞു ചേർന്ന കാവ്യമാണ് *രാമായണം*. പാശ്ചാത്യ ദുരന്തകാവ്യത്തിൽ പ്രഥമഗണനീയമായവയാണ്, *ഈഡിപ്പസ് രാജാവും*, (സോഫോക്ലിസ്) *ആന്റിഗണി* (സോഫോക്ലിസ്)യും *പ്രൊമിത്യൂസും* (ഈസ്ക്കിലസ്) *ഇലിയഡ്, ഒഡീസ്സി* തുടങ്ങിയ ഹോമറുടെ ഇതിഹാസങ്ങളും അവയിൽ ഉള്ളതിനെക്കാളും തീക്ഷ്ണവും അഗാധവുമാണ് *രാമായണ*ത്തിലെ ദുരന്തം. *ഈഡിപ്പസ് രാജാവി*ലെ ദുരന്തം തീക്ഷ്ണമെങ്കിലും അത് രാമായണത്തിലേതിനേക്കാൾ ആഴമുള്ളതാണെന്ന് പറയാനാവില്ല. അറിയാതെ സ്വന്തം അമ്മയെ വേൾക്കേണ്ടിവന്ന ഈഡിപ്പസിന്റെ ദുരന്തം തീക്ഷ്ണം തന്നെ. പക്ഷേ, ആ ദുരന്തം ആകസ്മികമായിരുന്നു. ഏതെങ്കിലും വ്യക്തി അടിച്ചേൽപ്പിച്ചതായിരുന്നില്ല. ആകസ്മികമായ ദുരന്തങ്ങൾ സാർവലൗകികമാണ്. അത് ആകസ്മികമായതുകൊണ്ടു[illegible] അതിനിരയാവുന്ന വ്യക്തികൾ അഗാധമായ വേദന അനുഭവിക്കേണ്ടതില്ല. ദുരന്തമെന്നത് കേവലം ജീവഹാനിയുമല്ല. വ്യക്തികൾക്ക് സംഭവിക്കുന്ന മനോവേദനയുടെ തീക്ഷണതയും ആഴവുമാണ് ദുരന്തത്തിന്റെ മാനദണ്ഡമെങ്കിൽ ഈഡിപ്പസിന്റെ ദുരന്തത്തേക്കാൾ തീക്ഷ്ണം, സീതയുടേതാണ്. ഈഡിപ്പസിന്റെ ദുരന്തം സ്വന്തം പ്രവൃത്തിദോഷം കൊണ്ടുണ്ടായതല്ല; മറ്റാരും അടിച്ചേൽപ്പിച്ചതുമല്ല. ഈ രണ്ടുകാരണങ്ങളാൽ ലോകം ഈഡിപ്പസിനു മാപ്പുകൊടുക്കും. ഒരു നീതിസംഹിതയുടെ മുന്നിലും സ്ഥാപനത്തിന്റെ മുന്നിലും ഈഡിപ്പസ് കുറ്റാരോപിതനായിട്ടില്ല. സ്വന്തം വിധിവൈപരീത്യമോർത്തിട്ടുള്ള ദുഃഖമല്ലാതെ, സമൂഹം ഈഡിപ്പസിനെ കുറ്റവാളിയാക്കിയിട്ടില്ല. എന്നാൽ സീതയുടെ കുറ്റം വിധിയാണെന്നു സമ്മതിക്കാൻ, അന്നത്തെ നീതിബോധവും രാജശാസനങ്ങളും തയാറല്ല. മാത്രമല്ല, സീത ഒരു സ്ത്രീയാണ്. തന്റേതല്ലാത്ത കുറ്റത്തിന് ലോകാപവാദത്തിനു വിധേയയായ സീതയെ, ലോകപൊതുബോധം നിരന്തരം വേട്ടയാടി. സ്നേഹിച്ച പുരുഷൻ പരിത്യജിക്കുകയും ആക്ഷേപിക്കുകയും ചെയ്ത മനോവേദന മറുവശത്ത്. ജീവിതം തളിർക്കുംമുമ്പേ, ദാമ്പത്യസുഖം നിഷേധിക്കപ്പെട്ട വ്യഥ മൂന്നാമത്തേത്. അങ്ങനെ, മൂന്നു ദുഃഖങ്ങളാണ് സീതയുടെ ദുരന്തത്തിനാസ്പദം. തെറ്റുകാരിയല്ലെന്ന് അന്തിമമായി തെളിയിക്കപ്പെട്ടെങ്കിലും തന്നെ പഴിച്ച, വേട്ടയാടിയ ഈ ലോകത്ത് ജീവിക്കാൻ താൽപ്പര്യമില്ലാതെ സർവ ജീവിതസ്വപ്നങ്ങളും ബലികഴിച്ച് ഭൂമിയുടെ അന്തർമണ്ഡലത്തിലേക്ക് തിരോധാനം ചെയ്ത സീതാദേവിയുടെ കഥയോളം ആഴമേറിയ ദുരന്തകഥ ലോകത്ത് രചിക്കപ്പെട്ടിട്ടില്ല. എന്നാൽ സീതയും രാമനും ദുരന്തത്തിനിരയാവുകയല്ല, സ്വന്തം ജീവിത ദൗത്യം നിറവേറ്റി സ്വർഗലോകം പൂകുകയായിരുന്നുവെന്നും ചിലർ വാദിക്കുന്നു. രാമനും സീതയും സ്വർഗലോകം പൂകിയെന്നത് ഇതിവൃത്തപരമായി ശരി തന്നെ. പക്ഷേ, ദൈവികാംശം ചാർത്തപ്പെട്ടവരെങ്കിലും ഭൂമിയിൽ അവർ മനുഷ്യകഥാപാത്രങ്ങളായിരുന്നു. മാത്രമല്ല, സാധാരണമനുഷ്യരേക്കാൾ വികാരവിചാരങ്ങൾക്ക് വശംവദരായിരുന്നു ഇരുവരും.

അതുകൊണ്ടുതന്നെ അവരനുഭവിച്ച ദുരന്തങ്ങളുടെ ആഴംകൂടുന്ന തേയുള്ളൂ. അവർ സ്വർഗസ്ഥരായതുകൊണ്ട് അവരുടെ ജീവിതത്തിലെ ദുരന്തത്തിന്റെ ആഴം ഇല്ലാതാവുന്നില്ല. സീതയുടെ ദേഹത്യാഗത്തിനു ശേഷം രാമൻ അനേകം യജ്ഞങ്ങളനുഷ്ഠിച്ചു. ആ അവസരത്തി ലൊക്കെ കാഞ്ചനസീതയെ പ്രതിഷ്ഠിച്ചുകൊണ്ടാണ് രാമൻ കർമങ്ങൾ ചെയ്തത്.

അവസാനം രാമന്റെ ജീവിതയാത്രയും ഒരു പരിസമാപ്തിയിലെ

ത്തുകയാണ്. അഗാധമായ ശൂന്യതയാണ് രാമനെ വേട്ടയാടിയത്. സുമിത്ര, കൈകേയി, ലക്ഷ്മണൻ എല്ലാവരും മരിച്ചു. താപസന്മാർ, ഋഷി വര്യന്മാർ, ബന്ധുമിത്രാദികൾ എന്നിവരോടൊപ്പം രാമൻ സരയൂനദിക്കരയിലെത്തി. വേദ -ഗായത്രീ സൂക്തങ്ങളും ദേവദുന്ദുഭിനാദവും ഇടകലർന്ന അന്തരീക്ഷത്തിൽ രാമൻ, സരയൂനദിയിലിറങ്ങി സ്വർഗം പൂകിയെന്നാണ് കഥ. ഇത് യഥാർഥത്തിൽ ആത്മഹനനമാണെന്ന് പറയേണ്ടതില്ലല്ലോ. സീതയില്ലാത്ത ലോകം തന്റേതല്ലെന്ന് ബോധ്യപ്പെട്ടതോടു കൂടിയാണ് രാമന്റെ ദുരന്തം തുടങ്ങുന്നത്.

സീതയനുഭവിച്ച ദുരന്തത്തിന്റെ ഏഴയലത്തുപോലും വരില്ല, രാമന്റെ ദുഃഖമെങ്കിലും അതിന്റെ തീക്ഷ്ണത കുറച്ചുകാണാനാവില്ല. സ്നേഹമയിയായ സീതയെ ആക്ഷേപിച്ച്, പരിത്യജിച്ച രാമന്റെ മനസിന് സാന്ത്വനം നൽകാൻ ഒരു രാജനിയമത്തിനും കഴിഞ്ഞില്ല, ഒരു വേദമന്ത്രത്തിനും ആ മനസിന് കുളിർമ നൽകാൻ കഴിഞ്ഞില്ല. കത്തുന്ന ഏകാന്തതയിൽ ദഹിക്കുന്ന രാമന് സരയൂനദിയുടെ കുളിരലകൾ മാത്രമാണ് സാന്ത്വനം നൽകിയത്. മരണത്തിലേക്കുള്ള സാന്ത്വനസ്പർശം. ഒരു പ്രസക്തമായ വിഷയം പറയാതിരിക്കാൻ കഴിയില്ല. മിക്ക പാശ്ചാത്യ നാടകങ്ങളിലും മരണത്തെ ദുരന്തമായി ആവിഷ്കരിക്കുമ്പോൾ *രാമായണ*ത്തിൽ മരണം ഒരു ആശ്രയവും അഭയവുമാണ്. ദുരന്തത്തിന്റെ മറ്റൊരു പേരാണ് മരണമെങ്കിൽ *രാമായണ*ത്തിലേത് ദുരന്തത്തിന്റെ അറുതിയാണ്. സർവദുഃഖങ്ങളുടെയും പ്രശാന്തമായ പരിസമാപ്തിയാണ്. കാരണം, *രാമായണ*ത്തിലെയും മറ്റു ഭാരതീയ ഇതിഹാസകാവ്യങ്ങളിലെയും ദുരന്തം ജീവിതത്തിൽ അരിച്ചുകയറിയ വേദനയുടെ ബീജമാണ്. മരണം, *രാമായണ*ത്തിൽ സാന്ത്വനമായി മാറാൻ തന്നെ കാരണം, അതിലെ ദുരന്തം അത്യഗാധമായതുകൊണ്ടാണ്. ഒരാൾ ആത്മഹത്യചെയ്യുന്നത് ജീവിതം അസഹ്യമാവുമ്പോഴാണല്ലോ. ഒരാൾക്ക് മരണം സാന്ത്വനമായി മാറുന്നത് ജീവിതം അസാധ്യമായിമാറുന്നതുകൊണ്ടാണല്ലോ. എന്നാൽ സമാധിയടയുന്ന സന്യാസിവര്യരുടെ അന്ത്യവുമായി താരതമ്യം ചെയ്ത്, സീതാരാമന്മാരുടെ അന്ത്യത്തെ വിലയിരുത്തുന്നതു ശരിയല്ല. സീതാരാമന്മാർ സന്യാസികളായിരുന്നില്ല. വികാരവിചാരങ്ങൾ അലറുന്ന കടലായിരുന്നു അവരുടെ ഹൃദയം. അതുകൊണ്ടുതന്നെ, ജീവിതം മടുത്തിട്ടോ, വൈരാഗികളായ സന്യാസിമാരെപ്പോലെ മോക്ഷം പ്രാപിക്കാനോ അല്ല, ജീവിതം അസാധ്യമായതുകൊണ്ടാണവർ മരണം വരിക്കുന്നത്. *രാമായണം* അടിമുടി ഒരു ദുരന്തകാവ്യമാണെന്നതിന് ഇനിയും വിശദീകരണം ആവശ്യമാണെന്നു തോന്നുന്നില്ല. 'ശോകഃശ്ലോകത്വമാഗതഃ' എന്നതാണ് *രാമായണ*ത്തിന്റെ മൗലിക ഭാവം. 'അനിത്യമസുഖം ലോകം' എന്ന് *ഗീത* പറയുന്നതു ശ്രദ്ധിക്കുക. ദുരന്തമെന്നാൽ മരണമെന്നും ജീവിതത്തിന്റെ അന്ത്യമെന്നും കരുതുന്നവർ, ഗീതാവാക്യത്തിന്റെ അർഥം ഗ്രഹിച്ചിട്ടില്ല. ദുരന്തമെന്നാൽ മരണമാണെന്നു കരുതുന്നവരാണ് *രാമായണം* ദുരന്തകാവ്യമല്ലെന്നു പറയുന്നത്. 'അനിത്യമസുഖം ലോകം' എന്ന ആശയമനുസരിച്ച് ലൗകിക ജീവിതം ദുഃഖസമ്പൂർണമാണല്ലോ. അതുകൊണ്ടു

തന്നെ സീതയുടെയും രാമന്റെയും ജീവിതവും ശോക പൂർണമായിരുന്നു. ശോകസമ്പൂർണമായ ഒരു മുഴുവൻ ജീവിതം നയിക്കുന്നതിനെയാണ്, ദുരന്തമെന്നു പറയുന്നത്.

ഇന്ത്യൻ ഇതിഹാസങ്ങളിലെ ദുരന്തത്തിനു കൃത്യമായ സാമൂഹിക -സാമ്പത്തിക കാരണങ്ങളുണ്ട്. സീതയുടെയും രാമന്റെയും മറ്റു കഥാ പാത്രങ്ങളുടെയും ദുരന്തത്തിനു കാരണം *രാമായണ*കാലഘട്ടത്തിലെ ചാതുർവർണ്യവ്യവസ്ഥയും ജാതിഘടനയും അതുമായി ബന്ധപ്പെട്ട രാഷ്ട്രീയഘടനയുമാണ്. അധഃസ്ഥിതരായ അവർണരെയും പുറാളിക ളെയും സ്ത്രീകളെയും അപമാനവൽക്കരിക്കുന്ന വ്യവസ്ഥയാണത്. ഇതാണു ദുരന്തത്തിന്റെ ഭൗതികവും സാംസ്കാരികവുമായ അടിത്തറ. ഈ ഭൗതിക - സാംസ്കാരിക അടിത്തറയെ (സാമൂഹികവൈരുധ്യത്തെ) മൂടിവെക്കാനാണ് *രാമായണ*ത്തിനും മറ്റും ആധ്യാത്മികപരിവേഷം നൽകി അതിന്റെ ദുരന്ത പരിണാമത്തെ നിഷേധിക്കുന്നത്. ഇന്ത്യൻ സാമൂഹികവ്യവസ്ഥയെക്കുറിച്ച് ആഴത്തിൽ പഠിക്കാനും വിശകലനം ചെയ്യാനും *രാമായണ*പഠനം സഹായകമാണ്. എന്നാൽ ഈ പഠനത്തിന് ശാസ്ത്രീയവും ചരിത്രപരവുമായ സമീപനം അത്യന്താപേക്ഷിതമാണ്.

3

ഒഡീസി

ഹോമർ

ഹോമറുടെ വിശ്വോത്തര ഇതിഹാസമായ *ഇലിയഡി*ന്റെ രണ്ടാം ഭാഗമാണ് *ഒഡീസി*. ഒഡീസിയസ് (യുലീസസ്) എന്ന യവനരാജാവ്, ട്രോജൻയുദ്ധം കഴിഞ്ഞ് വിജയശ്രീലാളിതനായി നടത്തുന്ന മടക്കയാത്രയാണ് ഇതിലെ പ്രതിപാദ്യം. ഈ യവനയോദ്ധാവിന്റെ സാഹസികത ഓളംതല്ലുന്ന സമുദ്രയാത്രയുടെ വിവരണങ്ങളും സ്വന്തം നാട്ടിൽ തിരിച്ചെത്തുന്ന ഇദ്ദേഹത്തിന്റെ അനന്തര ജീവിതവുമാണ് ഇതിന്റെ ഉള്ളട

ക്കം. ഇത്താക്ക എന്നാണ് ഒഡീസിയസിന്റെ രാജ്യത്തിന്റെ പേര്. അപരിഷ്കൃതരാണ് ഇത്താക്കയിലെ പൗരന്മാരിൽ ഭൂരിഭാഗം. ട്രോജന്മാർക്കെതിരായി യുദ്ധം നയിച്ച അവസരത്തിൽ, ഒഡീസിയസിന്റെ പത്നിയുടെ അസാധാരണ സൗന്ദര്യത്തിൽ മതിമറന്ന് അവളെ പ്രാപിക്കാൻ കുറെ ആളുകൾ ശ്രമിക്കുന്നു. അവരെയെല്ലാം ഒഡീസിയസ് കൊന്നൊടുക്കുന്നു. ലോക ഇതിഹാസങ്ങളിലെ പ്രതാപശാലികളായ വീരന്മാരിൽ അദ്വിതീയനാണ് ഒഡീസിയസ്. അദ്ദേഹത്തിന്റെ മടക്കയാത്രയും അതിനിടയിൽ നടക്കുന്ന മായികകഥകളും *ഒഡീസി*യെ മനോഹരമാക്കുന്നു. ഇത്താക്കയിലേക്കുള്ള മടക്കയാത്രയ്ക്കിടയിൽ ഒഡീസിയസിനു വഴിതെറ്റുന്നുണ്ട്. അങ്ങനെ ഒമ്പത് സംവത്സരം അദ്ദേഹം പല പ്രതിസന്ധികളും തരണം ചെയ്യുന്നു. ഒഡീസിയസിന്റെ പുത്രനാണ് ടെലിമാക്കസ്. പിതാവിനെ കാണാതെ ടെലിമാക്കസ് നടത്തുന്ന യാത്രയും, തുടർന്ന് ഇരുവരും ഇത്താക്കയിൽ മടങ്ങിയെത്തുന്നതും ശത്രുക്കളെ ഉന്മൂലനം ചെയ്യുന്നതും *ഒഡീസി*യിലെ അവിസ്മരണീയ സംഭവങ്ങളാണ്.

പത്തു സംവത്സരം നീണ്ടുനിന്ന മഹായുദ്ധത്തിന്റെ അവസാനം യവന സൈനികർ, ട്രോജൻ സൈന്യത്തെ നിലംപരിശാക്കുന്നു. തുടർന്ന് ട്രോയ് നഗരം ചുട്ടു ചാമ്പലാക്കുന്നു. അങ്ങനെ, വിജിഗീഷുക്കളായ ഗ്രീക്കുസൈനികർ, ഹെലനെ വീണ്ടെടുത്ത്, പിടിച്ചെടുത്ത സമ്പത്തും അടിമകളോടും കൂടി സ്വദേശത്തേക്കു തിരിച്ചുവരുന്നു. പന്ത്രണ്ടു കപ്പലുകളിലാണ് ഈ വൻ സൈനികസംഘം സ്വദേശത്തേക്കു തിരിക്കുന്നത്. അനന്യ വശ്യതയാർന്ന സഞ്ചാരവിവരണമാണിത്. പത്തുസംവത്സരത്തെ മഹായുദ്ധത്തിന്റെ പരിസമാപ്തി, യവനരുടെ ഉജ്ജ്വലവിജയമാണ്. ദേശാഭിമാന വിജൃംഭിതമാണ് യവനരുടെ മനസ്സ്. മഹായുദ്ധത്തിലെ വിജയം അവരെ ആനന്ദസാഗരത്തിലാറാടിച്ചു. പിടിച്ചെടുക്കപ്പെട്ട അതി സുന്ദരികളായ അടിമപ്പെണ്ണുങ്ങളോടു കൂടിയാണവർ തിരിച്ചുവരുന്നത്. 'ധവളമനോഹരമായ പായ്ക്കപ്പലുകൾ കാറ്റിൽ അലതല്ലുന്നു. നീലനിറമാർന്ന കപ്പലണിയങ്ങൾ തിരമാലകളെ കീറിമുറിച്ചുകൊണ്ട് സമുദ്രത്തിന്റെ വിരിമാറിലൂടെ മുന്നോട്ടുപോയി', സംവത്സരങ്ങളാണ് ഗ്രീക്ക് സൈനികർ പുകൾപെറ്റ സ്വന്തം നാടിനെ പിരിഞ്ഞു ജീവിച്ചത്. ഇക്കാലമത്രയും സംഭവബഹുലമായ ജീവിതമാണവർ നയിച്ചത്. ത്യാഗസുരഭിലമായ അവരുടെ ജീവിതത്തിന് ലക്ഷ്യമുണ്ടായി. നാടിനെ അപമാനിച്ച ശത്രുക്കളെ സംഹരിച്ചു. അങ്ങനെ സ്വന്തം നാട്ടിൽ തിരിച്ചെത്തിയ ഗ്രീക്കുസൈനികർ ഹർഷപുളകിതരായി. ഈ സാഹസികയാത്രയ്ക്കിടയിൽ സൈനികർ പലവിധ ആക്രമണങ്ങളും നടത്തുന്നുണ്ട്. 'സൈക്കോണുകൾ' എന്നു പേരായ അപരിഷ്കൃത വർഗത്തെ അവർ കൊന്നൊടുക്കി. തുടർന്ന് ശക്തമായ യുദ്ധം നടന്നു. ഈ യുദ്ധത്തിൽ നിരവധി ഗ്രീക്കുകാർ വധിക്കപ്പെട്ടു.

അതിനുശേഷം അവർ മറ്റൊരു രാജ്യത്തിലെത്തി. ഒരു ദ്വീപായിരുന്നു അത്. അവിടുത്തെ ജനങ്ങളെല്ലാം എപ്പോഴും ഉറക്കംതൂങ്ങികളായിരുന്നു. യാതൊരു ജോലിയും ചെയ്യാതെ സദാ ഉറക്കംതൂങ്ങിക്കഴിയുകയായിരുന്നു അവർ. കാരണം അവരുടെ പ്രധാനഭക്ഷണം താമരവള

യമായിരുന്നു. ഗ്രീക്കുകാർ ഈ ദ്വീപിലിറങ്ങി. അതിഥികളെ ദ്വീപുനിവാസികൾ സ്വീകരിച്ചു. താമരവളയം കഴിക്കാൻ കൊടുത്തു. താമരവളയം കഴിച്ച ഗ്രീക്കു സൈനികരും ഉറക്കംതൂങ്ങികളായി. അവസാനം ഒഡീസിയസ് തന്റെ സൈനികരെ ബലാൽക്കാരമായി കപ്പലിലേക്കു കൊണ്ടുവന്നു. അനന്തരം ഗ്രീക്കുകാർ സാഹസികയാത്ര തുടർന്നു. അതിനുശേഷം അവർ മറ്റൊരു ദ്വീപിൽ ചെന്നുപെട്ടു. രാക്ഷസന്മാരുടെ ദ്വീപായിരുന്നു അത്. മനുഷ്യരെയും മൃഗങ്ങളെയും ജീവനോടെ വിഴുങ്ങുന്ന നെറ്റിയിൽ വലിയ ഒറ്റക്കണ്ണുള്ള ഭീകരസത്വങ്ങളായിരുന്നു അവിടം മുഴുവൻ. 'സൈക്ലോപ്പ്സ്' എന്നായിരുന്നു, ഈ രാക്ഷസന്മാരുടെ പേര്. യാത്രാക്ഷീണവും വിശപ്പുംകൊണ്ട് അവശരായ യവനർ ആ ദ്വീപിലിറങ്ങി. ഒരു കുന്നിൻചെരിവിലെ ഗുഹയിലാണവർ എത്തിപ്പെട്ടത്. ഒരു രാക്ഷസന്റെ

ഗുഹയായിരുന്നു അത്. ഗുഹയ്ക്കകത്തിരിക്കുന്ന ഇരകളെക്കണ്ട് രാക്ഷസൻ ആഹ്ലാദിച്ചു. ഒരു ഭീമാകാരമായ കരിങ്കൽകൊണ്ട് ആ ഗുഹാമുഖം അടച്ചിട്ടു. ശേഷം ഉറങ്ങിക്കിടന്ന ഏതാനും സൈനികരെ ജീവനോടെ വിഴുങ്ങി. ഒഡീസിയസും സൈനികരും ആകെ കുഴങ്ങി. ദിനവും സൈനികരെ പച്ചയോടെ വിഴുങ്ങുകയാണ് രാക്ഷസൻ. അവസാനം ഒരു ദിവസം, രാക്ഷസൻ ഉറങ്ങിക്കിടക്കുന്ന തക്കംനോക്കി ഒരു കൂറ്റൻ ഒലിവ് മരത്തടിയുടെ അഗ്രം തീയിലിട്ട്, അതുകൊണ്ട് രാക്ഷസന്റെ കണ്ണു കുത്തിപ്പൊട്ടിച്ചു. കണ്ണ് നഷ്ടപ്പെട്ട രാക്ഷസൻ അലറിത്തിമിർത്തു. തന്റെ ഇരകൾക്കുവേണ്ടി ഭീമാകാരമായ ആ കൈകൾ എങ്ങും പരതി. പക്ഷേ, അന്ധരാക്ഷസനു പിടികൊടുക്കാതെ യവനർ ഗുഹയിൽനിന്നും രക്ഷപ്പെട്ടു.

എന്നാൽ പ്രതിബന്ധങ്ങൾ ഒന്നൊഴിയാതെ സൈനികരെ പിന്തുടർന്നുകൊണ്ടിരുന്നു. 'അ-യോളിയ' എന്ന ഒരു ദ്വീപിലാണ് പിന്നീടവരെത്തിയത്. ആ ദ്വീപിലെ ആചാരരീതികൾ വളരെ വ്യത്യസ്തമായിരുന്നു. സഹോദരീ സഹോദരന്മാർ തമ്മിൽ ലൈംഗികബന്ധം പുലർത്തിയിരുന്ന ദ്വീപായിരുന്നു അത്. കുറെക്കാലം ആ ദ്വീപുവാസികളോടൊപ്പം കഴിഞ്ഞ് ഒഡീസിയസും പരിവാരവും യാത്ര തുടർന്നു. അനന്തരം അവരെത്തിച്ചേർന്നത് ടെലിപ്പൈലസ് എന്ന നാട്ടിലാണ്. സൂര്യനസ്തമിക്കാത്ത നാടായിരുന്നു അത്. ആഹാരമന്വേഷിച്ച് യവനസൈനികർ അവിടമെങ്ങും അലഞ്ഞു തിരിഞ്ഞു. അവിടത്തെ രാജാവായിരുന്നു, ആന്റിഫേറ്റിസ്. മനുഷ്യമാംസം തിന്നുന്ന ആളായിരുന്നു ആ രാജാവ്. രക്തദാഹിയായ ആ രാജാവ് ഒരു ഗ്രീക്കു സൈനികനെ കൊന്നശേഷം പാചകം ചെയ്യാൻ ഭാര്യയ്ക്കുകൊടുത്തു. ഗ്രീക്ക് സൈനികർ ഭീകരരാജാവിനോടേറ്റുമുട്ടിയെങ്കിലും ഒട്ടുമിക്ക സൈനികരും കൊല്ലപ്പെട്ടു. ശേഷിച്ച സൈനികരെയും കൊണ്ട് ഒഡീസിയസ് അവിടെനിന്നും രക്ഷപ്പെട്ടു.

അങ്ങനെ അവർ തങ്ങളുടെ യാത്രതുടർന്നു. വിശാല സാഗരത്തിന്റെ വിരിമാറിലൂടെ അറ്റം കാണാലോകത്തിലേക്കുള്ള യാത്ര. അങ്ങനെ വളരെ നാളത്തെ യാത്രയ്ക്കുശേഷം അവർ, ഹരിതമനോഹരമായ ഒരു ദ്വീപിൽ ചെന്നുപെട്ടു. വിശ്രമരഹിതമായ യാത്ര സൈനികരെ അവശരാക്കിയിരുന്നു. ആഹാരത്തിനുവേണ്ടി അവർ ദ്വീപിൽ അലഞ്ഞു. എന്നാൽ ഹിംസ്രമൃഗങ്ങൾ നിറഞ്ഞ ഒരു വനാന്തരമായിരുന്നു അത്. സിംഹം, കരടി, ചെന്നായ് തുടങ്ങിയ മൃഗങ്ങൾ താണ്ഡവമാടുന്ന ആ ഘോരവനത്തിലെ ഒരു കാഴ്ച യവനരെ വിസ്മയിപ്പിച്ചു. ഹിംസ്രമൃഗങ്ങളെല്ലാം സ്നേഹവായ്പോടെ നിൽക്കുന്നു. അപ്പോഴാണ് മധുരസുന്ദരമായ ഒരു ഗാനത്തിന്റെ മാന്ത്രികവീചികൾ ഒഴുകിയെത്തിയത്. അനർഘസുന്ദരമായ അംഗങ്ങളോടെ ഒരു വനകന്യക ഒരു കൊട്ടാരമുറ്റത്തു നിൽക്കുന്നു. സെഴ്സെ എന്നാണ് ആ വനകന്യകയുടെ പേര്. ആ വനകന്യക, ഗ്രീക്ക് സൈനികർക്ക് ആഹാരം നൽകി. അനന്തരം തന്റെ മാന്ത്രികദണ്ഡുകൊണ്ട് അവരെ തലോടി. അത്ഭുതകരമെന്നു പറയട്ടെ, സൈനികരെല്ലാം കാട്ടുപന്നികളായിമാറി. അവസാനം ഒരു ദിവ്യൗഷധത്തിന്റെ സഹായത്തോടെ, ഒഡീസി സൈനികരെ രക്ഷിച്ചു. അങ്ങനെ സെഴ്സെ എന്ന

രാക്ഷസകന്യക ഒഡീസിയസിന്റെ അടിമയായിമാറി. കുറെക്കാലം യവനസൈനികർ ആ ദ്വീപിൽ കഴിഞ്ഞു.

ദീർഘനാളത്തെ ദേശാന്തരസഞ്ചാരം ഗ്രീക്കുസൈനികരിൽ വിഷാദഛവിയാർന്ന ഗൃഹാതുരസ്മരണകളുണർത്തി. പ്രിയപ്പെട്ട കുഞ്ഞുങ്ങളെയും വാത്സല്യനിധികളായ രക്ഷകർത്താക്കളെയും സ്നേഹത്തിടമ്പായ പ്രിയതമമാരെയും പിരിഞ്ഞ് ജീവിക്കുകയാണ് ഗ്രീക്കു സൈനികർ. ദേശാഭിമാനത്താൽ പ്രചോദിതരായിട്ടാണവർ യുദ്ധം ചെയ്യുന്നത്. തങ്ങളുടെ മടക്കയാത്രയ്ക്കിടയിൽ അവർ, നരകത്തിലെ ജ്ഞാനിയായ അന്ധപ്രവാചകൻ, തെഴ്സിയാസിനെ സന്ദർശിച്ചു. സ്വർണവർണമാർന്ന ഒരു മാന്ത്രികവടി കൈയിലേന്തിക്കൊണ്ട് തെഴ്സിയാസ് ഒഡീസിയസിന്റെ മടക്കയാത്രയ്ക്ക് ഇനിയും തടസങ്ങളുണ്ടെന്ന് പ്രവചിച്ചു. നെറ്റിക്കണ്ണനായ സൈക്ലോപ്സിനെ വധിച്ചതിനാൽ സമുദ്രദൈവം കോപിഷ്ഠനാണത്രെ. തെഴ്സിയാസ് ഒഡീസിയസിനു ചില ഉപദേശങ്ങൾ നൽകി. ഉഷസിന്റെ സാമ്രാജ്യമായ തൃണേഷ്യൻ ദ്വീപിലെ ആടുകളെ ഉപദ്രവിക്കരുത്. നാട്ടിൽ തിരിച്ചെത്തിയാൽ ശത്രുക്കൾ വലയംചെയ്യുമെന്നും അവരെ നിഗ്രഹിച്ച് ശേഷിച്ചകാലം സുഖമായി കഴിയാമെന്നും തെഴ്സിയാസ് പ്രവചിച്ചു. തെഴ്സിയാസിന്റെ നരകലോകത്തിലെ അന്തേവാസികളെല്ലാം ഗ്രീക്കുകാർക്കു ചുറ്റുംകൂടി. ട്രോജൻ യുദ്ധത്തിൽ പങ്കെടുത്ത് കൊല്ലപ്പെട്ട പലരും ഇതിനകം നരകത്തിലെത്തിച്ചേർന്നിരുന്നു. ഒഡീസിയസ് അവരെ അവിടെക്കണ്ടു. അവരുടെ കൂട്ടത്തിൽ തന്റെ സ്നേഹമയിയായ അമ്മയുമുണ്ടായിരുന്നു. പ്രിയപ്പെട്ട അമ്മയെ കണ്ട് ആലിംഗനം ചെയ്യാൻ വേണ്ടി ഒഡീസിയസ് ഇരുകൈകളും നീട്ടി.

പക്ഷേ, നരകലോകത്തിൽ വസിക്കുന്നവരെ മനുഷ്യർക്കു സ്പർശിക്കാൻ കഴിയുമായിരുന്നില്ല. ട്രോജൻ യുദ്ധത്തിൽ യവനരുടെ സർവസൈന്യാധിപനായിരുന്ന അഗമെമ്നനും നരകത്തിലുണ്ടായിരുന്നു. യുദ്ധത്തിൽ വിജയിച്ചതായിരുന്നു, അഗമെമ്നൻ. എന്നാൽ നാട്ടിൽ തിരിച്ചെത്തിയ അയാളെ ഭാര്യയുടെ ജാരൻ ചതി പ്രയോഗത്താൽ വധിച്ചു. ക്രീത്തസ് രാജാവിന്റെ പട്ടമഹർഷിയും കാമാർത്തനായ നദീദേവന്റെ രഹസ്യകാമുകിയുമായിരുന്ന ടൈറ്റോണിയുടെ പ്രേതവും അവിടെയുണ്ടായിരുന്നു. തന്റെ രഹസ്യകാമുകനെത്തേടി നദിക്കരയിലെത്തിയ ടൈറ്റോണിയെ കണ്ട് കാമപരവശനായ പോസിഡോൺ എന്ന സമുദ്രദേവൻ, ടൈറ്റോണിയുടെ കാമുകരൂപത്തിൽ അവളെ പ്രാപിച്ചു. അവളുടെ ചാരിത്ര്യപട്ടയഴിച്ച് അവളെ മതിയാവോളം അനുഭവിച്ചശേഷം സ്വന്തംരൂപം പ്രാപിച്ചു. ദിവ്യഗർഭലബ്ധിയിൽ അവൾ ആനന്ദിക്കുകയായിരുന്നു. മറ്റൊരു പ്രേതാത്മാവുകൂടി അവിടെയുണ്ടായിരുന്നു. സ്വന്തം മാതാവിനെ ആളറിയാതെ വരിച്ച ശേഷം അവരിൽ സന്താനത്തെ ജനിപ്പിച്ച ഈഡിപ്പസ് രാജാവിന്റെ അമ്മയും ഭാര്യയുമായ യെക്കോസ്തയായിരുന്നു അത്. അവരെല്ലാം ഒഡീസിയസിനെക്കണ്ട് സംസാരിച്ചു. അങ്ങനെ ഒഡീസിയസ് നരകസന്ദർശനം കഴിഞ്ഞ് തിരിച്ചെത്തി. സെഴ്സെ ഒഡീസിയസിന് ഒരുപദേശം നൽകിയിരുന്നു. സ്വർഗീയ സുന്ദരനാദമുതിർത്തുകൊണ്ട് ആളുകളെ തന്നിലേക്ക് ആകർഷിച്ചശേഷം അവരെ കൊന്നുതിന്നുന്ന 'സൈറണു' കളെ സൂക്ഷി

ക്കണമെന്നായിരുന്നു സെഴ്സെയുടെ ഉപദേശം. 'സൈറണു'കളുടെ ഗാനാലാപം ഭടന്മാർ കേൾക്കാതിരിക്കാൻ വേണ്ടി അവരുടെ ചെവികൾ മെഴുകുകൊണ്ട് അടച്ചു. ഒഡീസിയസാവട്ടെ സൈറണുകളുടെ മായിക നാദമാസ്വദിച്ചു. അതിനുശേഷം ഗ്രീക്കുകാർക്ക് നേരിടേണ്ടിവന്നത് ഒരു രാക്ഷസിയെയായിരുന്നു. സ്കീല്ലാ എന്നായിരുന്നു അവളുടെ പേര്. യാത്രയ്ക്കിടയിൽ ഒഡീസിയസ് ഉറങ്ങിയ തക്കം നോക്കി സൈനികരിൽ ചിലർ ഉഷസിന്റെ ആടുകളെ കൊന്നുതിന്നു. നരകയാതന നിറഞ്ഞ യാത്രയായിരുന്നു, ഒഡീസിയസിന്റേത്. വരണ്ട ഉപ്പുകാറ്റും മഞ്ഞും മഴയുമെല്ലാം അസ്വസ്ഥജനകമായിരുന്നു. എത്രയോ ദിനങ്ങൾ ഒഡീസിയസും കൂട്ടരും നടുക്കടലിൽ അബോധാവസ്ഥയിൽ കഴിഞ്ഞിട്ടുണ്ട്. എത്രയോ സൈനികർ മരണമടഞ്ഞു എന്നാൽ ഈ പ്രതിബന്ധങ്ങളെല്ലാം തന്നെ മറികടന്നു ഒഡീസിയസ് യാത്രതുടർന്നു.

അങ്ങനെ, അവർ ഒരു സാഗരകന്യകയുടെ പൂങ്കാവനതുല്യമായ ദ്വീപിലെത്തി. കാലിപ്സോ എന്ന അതിസുന്ദരിയായ സാഗരകന്യകയുടെ ദ്വീപിന്റെ പേര് ഒഗീജിയാ എന്നായിരുന്നു. പഴങ്ങളും പൂക്കളും നിറഞ്ഞ ആ മലർവാടിയിൽ സായാഹ്നസവാരിക്കിറങ്ങിയ ആ സാഗരകന്യക ഒഡീസിയസിനെ കണ്ട് പ്രണയപരവശയായി. അംഗലാവണ്യത്തിന്റെ മൂർത്തിമത്ഭാവമായിരുന്നു, ഒഡീസിയസ്. മുന്തിരിപ്പഴം പോലുള്ള കൃഷ്ണമണികൾ ജ്വലിച്ചുനിൽക്കുന്ന ഒഡീസിയസിന്റെ വെണ്ണക്കൽ ശിലപോലെ മോഹനമായ കവിൾത്തടങ്ങളും, ചുവന്ന അധരങ്ങളും ഇടതൂർന്നു വളർന്ന കൺപുരികങ്ങളും നെറ്റിത്തടങ്ങളിൽ അലസമായി വീണുകിടക്കുന്ന സ്വർണവർണമായ മുടിയിഴകളും ആ ജലകന്യകയെ കാമമോഹിതയാക്കി. ഒഡീസിയസിനെ വാരിയെടുത്ത് അവൾ തന്റെ കൊട്ടാരത്തിലേക്കു കൊണ്ടുപോയി. ആഹാരവും ദിവ്യപാനീയങ്ങളും ഔഷധ

ങ്ങളും നൽകി. ലോകത്തിലുള്ള സർവസുഖങ്ങളും അവളയാൾക്കു നൽകി. തന്റെ മോഹനമായ അരമനയുടെ രത്നശിലാമാളികയിൽ, അവൾ അയാൾക്കായി പുഷ്പ ശയ്യയൊരുക്കി. അങ്ങനെ മാദകമായ ദിനരാത്രങ്ങൾ കടന്നുപോയി. ആ രതികന്യകയുമൊത്തുള്ള ജീവിതം, ഒഡീസിയസിനെ സംബന്ധിച്ചിടത്തോളം അനുഭൂതിജന്യമായിരുന്നു. എന്നാൽ ഗൃഹാതുരത ഒഡീസിയസിന്റെ ഹൃദയത്തെ മഥിച്ചുകൊണ്ടേയിരുന്നു. അതറിഞ്ഞ അഥീനി ദേവത, ഒഡീസിയസിനെ മോചിപ്പിച്ചു. അങ്ങനെ ഒഡീസിയസ് യാത്ര തുടർന്നു. 17 ദിവസത്തെ യാത്രയ്ക്കു ശേഷം ഉടുവസ്ത്രങ്ങളെല്ലാം നഷ്ടപ്പെട്ട ഒഡീസിയസ് ഫെയിഷ്യൻ ദ്വീപിലെത്തി. പൂർണ നഗ്നനായ ഒഡീസിയസ് കാട്ടിലെ മരച്ചില്ലകളിൽ അഭയം തേടി. അപ്പോഴാണ് ഫെയീഷ്യൻ രാജാവായ ആൽസിനൗസിന്റെ പുത്രി ആ വഴിവന്നത്. നോസിക്കാ എന്നായിരുന്നു ആ രാജകുമാരിയുടെ പേര്. പുലർകാലത്ത് തോഴിമാർക്കൊപ്പം ജലക്രീഡ നടത്തുകയായിരുന്നു അവളുടെ ഉദ്ദേശ്യം. ജലക്രീഡ കഴിഞ്ഞ്, ആഹാരവും കഴിച്ച് അവൾ പന്തുകളിയിൽ ഏർപ്പെട്ടു. കളിക്കുന്നതിനിടയിൽ പന്ത് കാട്ടിലെവിടെയോ തെറിച്ചുപോയി. പന്തെടുക്കാൻ വേണ്ടി അവിടെയെത്തിയ രാജകുമാരിയും തോഴിമാരും കണ്ടത്, അസാധാരണമായ അംഗലാവണ്യം വഴിഞ്ഞൊഴുകുന്ന ഒരു പുരുഷൻ പുർണനഗ്നനായി കരിയിലയ്ക്കുള്ളിൽ ശയിക്കുന്നതാണ്. തോഴിമാർ ഭയന്നോടി. പക്ഷേ, മദിരാചഷകങ്ങൾപോലെ ത്രസിക്കുന്ന അധരങ്ങളും തുടിക്കുന്ന ഹൃദയവും വിടർന്ന കണ്ണുകളുമായി, നോസിക്കോ രാജകുമാരി അവിടെ നിന്നുപോയി. രാജകുമാരിയെക്കണ്ട് ലജ്ജാവിവശനായ ഒഡീസിയസ് ഇലകൾകൊണ്ടു നാണം മറയ്ക്കാൻ ശ്രമിക്കുകയും ഒരു വസ്ത്രം തരണമെന്നപേക്ഷിക്കുകയും ചെയ്തു. ഒഡീസിയസിന് അവൾ വസ്ത്രവും ആഹാരവും നൽകി. പിന്നീടവൾ അയാളെ കൊട്ടാരത്തിലേക്കു കൂട്ടിക്കൊണ്ടുപോയി. രാജാവ് അയാളെ കൊട്ടാരസദസിലേക്കാനയിച്ചു. സംഗീതവിരുന്നൊരുക്കി. അവിടെ ഉയർന്ന ഗാനാലാപനം, പക്ഷേ, ഒഡീസിയസിന്റെ ഹൃദയത്തിൽ വേദനകളാണുയർത്തിയത്. ഒഡീസിയസ് എല്ലാവിവരങ്ങളും രാജാവിനെ അറിയിച്ചു. ഒഡീസിയസിനെ സ്വന്തം രാജ്യത്തിലെത്തിക്കാൻ രാജാവ് എല്ലാ സഹായങ്ങളും ചെയ്തു. അങ്ങനെ അദ്ദേഹവും സൈനികരും ഇത്താക്കയിലെത്തി.

ഇക്കാലത്ത് ഇത്താക്കയിലെ തന്റെ രാജധാനിയിലെ സ്വീകരണമുറിയിൽ ഒരു കൂട്ടം ആളുകൾ മദ്യപിച്ച് മദോന്മത്തരായി ബഹളമുണ്ടാക്കുകയായിരുന്നു. ഒഡീസിയസിന്റെ പുത്രനായ ടെലിമാക്കസ് നിസ്സഹായനായി നോക്കിനിൽക്കുന്നു. അപ്പോൾ അവിടെ അഥീനി ദേവത വേഷം മാറിവന്ന്, പിതാവിനെ അന്വേഷിച്ചു പോകാൻ ടെലിമാക്കസിനെ ഉപദേശിച്ചു. കൊട്ടാരത്തിൽ ബഹളമുണ്ടാക്കുന്ന ദുർവൃത്തന്മാരെ ജനങ്ങളുടെ സഹായത്തോടെ രാജകുമാരനായ ടെലിമാക്കസ് അടിച്ചുപുറത്താക്കി. അനന്തരം പിതാവിനെ അന്വേഷിച്ച് യാത്ര ചെയ്യാനുള്ള ഒരുക്കം കൂട്ടി. ഇരുപതു നാവികരുമൊത്തായിരുന്നു ടെലിമാക്കസിന്റെ യാത്ര. അവർ സ്പാർട്ടയിലെത്തി. അന്നവിടെ ഒരു വിവാഹം നടക്കുകയായിരുന്നു. മെനി

ലാസിന്റെ പുത്രി, ഹെർമിയോണും അഖിലിസിന്റെ പുത്രൻ നിയോതോൾമസും തമ്മിലുള്ള വിവാഹം ആഘോഷിക്കുന്ന അവസരത്തിലാണ് ടെലിമാക്കസിന്റെ വരവ്. മെനിലാസ് അവരെ സ്വീകരിച്ചിരുത്തി. വെള്ളിത്തളികയിൽ വയലറ്റ് വർണമാർന്ന കമ്പിളിനൂലുമായി സൗന്ദര്യത്തിടമ്പായ ഹെലൻ മുല്ലപ്പൂവാരിവിതറും പോലെ മന്ദഹസിച്ചുകൊണ്ട് ഭർത്താവിന്റെ ചെവിയിലെന്തോ പറഞ്ഞു. തങ്ങൾക്കുമുമ്പിൽ നിൽക്കുന്ന രാജകുമാരൻ ധീരനായ ഒഡീസിയസിന്റെ പുത്രനാണെന്നാണവൾ മന്ത്രിച്ചത്. തങ്ങളുടെ സർവ സൗഭാഗ്യങ്ങൾക്കും വേണ്ടി ധീരോദാത്തമായി അടരാടിയ പിതാവിന്റെ ബുദ്ധിമാനും ധീരനുമായ മകനെയും സൈനികരെയും രാജാവ് ആലിംഗനം ചെയ്തു.

ഇതിനിടയിൽ ഇത്താക്കയിലെത്തിയ ഒഡീസിയസിന് തന്റെ രാജ്യം തിരിച്ചറിയാൻ കഴിഞ്ഞില്ല. അഥീനിദേവത അപ്പോൾ പ്രത്യക്ഷപ്പെട്ട് കാര്യങ്ങൾ വിവരിച്ചു. അഥീനിയുടെ സഹായത്തോടെ, ഒഡീസിയസ് ഒരു ഭിക്ഷുവിന്റെ വേഷത്തിൽ കഴിഞ്ഞു. ഇതിനിടെ ടെലിമാക്കസ് അവിടെയെത്തി. ഭിക്ഷു താനാരാണെന്ന് വെളിപ്പെടുത്തി. ടെലിമാക്കസ് ആനന്ദാതിരേകത്തോടെ പിതാവിനെ പുണർന്നു. അപ്പോൾ ഒഡീസിയസിന്റെ രാജ്ഞിയായ പെനെലോപ്പി കൊട്ടാരത്തിലുണ്ടായിരുന്നു. ഭിക്ഷുവിന്റെ ശബ്ദം കേട്ട് അത് തന്റെ പ്രിയതമന്റെ ശബ്ദമാണെന്നവൾ പറഞ്ഞു. ഭിക്ഷുവിന്റെ പാദങ്ങളിൽ വെള്ളമൊഴിക്കവെ, കാലിലെ മുറിവിന്റെ പാടു

കണ്ട് അവൾ ഞെട്ടി. "അങ്ങ് എന്റെ പ്രിയതമനാണ്. പണ്ടൊരിക്കൽ നായാട്ടിനു പോയപ്പോൾ പറ്റിയ മുറിവാണിത്."

അപ്പോൾ ഒഡീസിയസ് പറഞ്ഞത്: "ശബ്ദിക്കരുത് ആരും വിവരമറിയരുത്. ഇവിടെക്കൂടിയ ചതിയന്മാരെയെല്ലാം എനിക്കു വകവരുത്തണം."

ഭിക്ഷുവേഷം ധരിച്ച ഒഡീസിയസിനെ പെനെലോപ്പിയുടെ സൗന്ദര്യം കണ്ട് ഭ്രമിച്ച കാമുകപ്പരിഷകർ മർദിച്ചു. പെനെലോപ്പി ഇതിനകം സ്വയംവരത്തിനു തയാറായി. ആയുധക്കലവറ തുറന്ന് തന്റെ ഭർത്താവു പയോഗിച്ചിരുന്ന അമ്പുംവില്ലും ഇരട്ടശിരസുള്ള 12 മഴുവും സദസിൽ വെച്ചു. തന്നെ വേൾക്കാൻവേണ്ടി അവിടെ തടിച്ചുകൂടിയ ദുർവൃത്തന്മാരായ വിഷയലമ്പടന്മാരെ ഒരു പാഠം പഠിപ്പിക്കുകയായിരുന്നു രാജ്ഞിയുടെ ലക്ഷ്യം. അവരോടായി, അവൾ പറഞ്ഞത്. പന്ത്രണ്ട് ഇരുതല മഴുക്കുള്ളിലെ സുഷിരങ്ങളിൽ കൂടി ഒരേ സമയം അമ്പെയ്യാനായിരുന്നു. തന്റെ പ്രിയതമന്റെ ഇഷ്ടവിനോദമായിരുന്നു അതെന്നും, ഈ പരീക്ഷയിൽ വിജയിക്കുന്ന വീരനെ താൻ വരിക്കുമെന്നും രാജ്ഞി പറഞ്ഞു. അവിടെ കൂടിയ കാമുകപ്പരിഷകളെല്ലാം ഒരു കൈനോക്കി. പക്ഷേ ആർക്കും അതെടുത്ത് കുലയ്ക്കാൻ കഴിഞ്ഞില്ല. അങ്ങനെ അവസാനം ഭിക്ഷുവേഷത്തിൽ നിൽക്കുന്ന ഒഡീസിയസ് തന്നെ അത് കുലച്ചു. അതിനുശേഷം അവിടെ നടന്നത് അതിഘോരമായ യുദ്ധമാണ്. സ്യൂസ് ദേവൻ ഇടിമുഴക്കംകൊണ്ട് യുദ്ധം വിളംബരം ചെയ്തു. കാമുകപ്പരിഷകളെ ഒഡീസിയസും പുത്രൻ ടെലിമാക്കസും അരിഞ്ഞുതള്ളി. അനന്തരം, രാജ്ഞിയെ ഒഡീസിയസ് ഗാഢമായി ആലിംഗനം ചെയ്തു. ഏറെക്കാലത്തെ വിരഹജീവിതത്തിനുശേഷം ആ ദമ്പതികൾ പുത്രസമേതം ഏറെക്കാലം സർവ ഐശ്വര്യങ്ങളോടെ ജീവിച്ചു. ഇതാണ് വിശ്വപ്രസിദ്ധമായ *ഒഡീസി*യുടെ പരിസമാപ്തി. മായാവികളായ അപ്സരസുകളും ദേവീ ദേവന്മാരും രാക്ഷസികളും യക്ഷികളും ഹിംസ്രജന്തുക്കളും വീരയശസ്വികളായ രാജാക്കന്മാരും അഭൗമസൗന്ദര്യത്തിന്റെ നിസ്തുലമാതൃകകളായ സ്ത്രീരത്നങ്ങളും ധീരോദാത്തരായ സൈനികയോദ്ധാക്കളും നിറഞ്ഞ അപാര വിസ്തൃതമായ ഒരു കഥാപ്രപഞ്ചമാണ് *ഒഡീസി*യുടേത്. മനുഷ്യഭാവനയുടെ വിസ്മയകരമായ വിലാസവേദിയാണിത്. സർഗാത്മകതയുടെ അചുംബിത സൗന്ദര്യമാണ് *ഒഡീസി*യിൽ നാം കാണുന്നത്. വിശ്വവിശ്രുതരായ ഷേക്സ്പിയർ തുടങ്ങിയ പ്രതിഭാധനരെ ആഴത്തിൽ പ്രചോദിപ്പിച്ച *ഒഡീസി*യുടെ ഭാവനാപ്രപഞ്ചം ഇന്നും വിശ്വസാഹിത്യത്തിലെ നിത്യവിസ്മയം തന്നെ.

4

മഹാഭാരതം

വേദവ്യാസൻ

ലോകത്തിലെ ഏറ്റവും ബൃഹത്തായ ഇതിഹാസകാവ്യമാണ് *മഹാഭാരതം*. *മഹാഭാരത*ത്തിന് 'ജയസംഹിത'യെന്നും പേരുണ്ട്. പരിനെട്ടു പർവതങ്ങളായിട്ടാണ് *മഹാഭാരതം* വിഭജിക്കപ്പെട്ടിരിക്കുന്നത്. 2109 അധ്യായങ്ങളും 1,00,217 ശ്ലോകങ്ങളും ഉൾച്ചേർന്ന അതിബൃഹത്തായ കൃതിയാണ് *മഹാഭാരതം*.

ഇന്ത്യൻ ഇതിഹാസങ്ങളിൽ *രാമായണ*ത്തിനും *മഹാഭാരത*ത്തിനുമുള്ള സ്ഥാനം അദ്വിതീയമാണ്. ഈ രണ്ടു കൃതികളിൽ മികച്ചതേതാണെന്നുള്ള അന്വേഷണവും പഠനവും അർഥരഹിതമാവുംവിധം സാമ്യമകന്ന അദ്വിതീയ സൃഷ്ടികളാണ് രണ്ടും. ഇന്ത്യൻ ജീവിതത്തേയും സംസ്കാരത്തേയും പ്രതിബന്ധിക്കാൻ പര്യാപ്തമായ കൃതികളാണ് രണ്ടും. *മഹാഭാരത*ത്തോടു കിടപിടിക്കുന്ന ഒരു സാഹിത്യസൃഷ്ടി ലോകത്തിൽ വിരചിതമായിട്ടില്ല, എന്നു പറയുന്നതിൽ അശേഷം അതിശയോ

ക്തിയില്ല. മനുഷ്യഭാവനയുടെ അതിരുകളില്ലാത്ത ലോകത്തിൽ മൊട്ടിട്ട അഭൗമവസന്തമാണ് *മഹാഭാരതം*. ഇത് ഒരുപക്ഷേ, ആലങ്കാരികവും അതിശയോക്തിപരവുമായി തോന്നിയേക്കാം. പക്ഷേ വ്യാസൻ രചിച്ചുവെന്നുവിശ്വസിക്കപ്പെടുന്ന *മഹാഭാരതം* ഒരാവർത്തി വായിച്ചാൽ മേൽപ്പറഞ്ഞ പ്രസ്താവന അതിശയോക്തി നിറഞ്ഞതല്ലെന്നു ബോധ്യമാവും. ലോകത്തിലേക്കേറ്റവും ബൃഹത്തായ കാവ്യമാണ് *മഹാഭാരതം*. രണ്ടായിരത്തിലേറെ കഥാപാത്രങ്ങളാണ് *മഹാഭാരത*ത്തിലുള്ളത്. അതിവിപുലമായ ഒരു ദേശത്തിന്റെ അഥവാ ദേശങ്ങളുടെ ബൃഹത്ഗാഥയാണിത്. യുദ്ധം, പ്രണയം, മരണം, സ്വത്തവകാശം, ശാരീരികശക്തി, പ്രതിഭ, ഭക്തി, ആധ്യാത്മികത, ദേശസ്നേഹം, അധികാരം, കുടുംബഘടന, കുലമഹിമ, പാരമ്പര്യബോധം, ബ്രഹ്മചര്യം, സത്യം, നീതി, നിയമസംഹിത, മൂല്യബോധം, രാഷ്ട്രീയഘടന, സാമൂഹികവ്യവസ്ഥ, സാംസ്കാരികത്തനിമ, ദേശസ്വത്വം, വംശീയത, ഭാഷാവൈവിധ്യം, കല, സാഹിത്യം, ഭാഷാഭിന്നത, ആവാസവ്യവസ്ഥ, പ്രകൃതിസ്നേഹം, പരിസ്ഥിതി ബോധം, സ്ത്രീപ്രശ്നം, പുരുഷാധികാരം, ഗോത്രവ്യവസ്ഥ, ജാതീയത, ചാതുർവർണ്യം, പ്രാന്തവൽകൃതസംസ്കാരം, അധികാരശ്രേണീ വ്യവസ്ഥ, കുടിയേറ്റം, സാംസ്കാരികസങ്കലനം തുടങ്ങിയ നൂറുകണക്കിനു വിഷയങ്ങൾ പ്രത്യക്ഷമായും പരോക്ഷമായും വിശകലനം ചെയ്യുവാനും പ്രശ്നവൽക്കരിക്കുവാനും പ്രാപ്തമായ കൃതിയാണ് *മഹാഭാരതം*. മേൽപ്പരാമർശിച്ച വിഷയങ്ങളേക്കാൾ കൂടതൽ വിഷയങ്ങൾക്ക് ശാസ്ത്രീയാന്വേഷണത്തിന്റെ വാതിലുകൾ ഈ കൃതി തുറന്നിടുന്നുമുണ്ട്. വേദങ്ങൾ, ഉപനിഷത്തുകൾ, പുരാണങ്ങൾ, സംഹിതകൾ തുടങ്ങിയ സാഹിത്യസൃഷ്ടികൾപോലെ സാംസ്കാരിക പ്രധാന്യമുള്ള കൃതികളാണ് ഇതിഹാസങ്ങൾ. സംസ്കൃതത്തിൽ രചിക്കപ്പെട്ട *വാൽമീകി രാമായണ*വും *വ്യാസമഹാഭാരത*വും ഇന്ത്യൻ മനസിനെയും ചരിത്രത്തെയും ആഴത്തിൽ പ്രതിഫലിപ്പിക്കുന്ന കൃതികളാണ്.

വേദവ്യാസനാണ് *മഹാഭാരത* കർത്താവായി അറിയപ്പെടുന്നത്. പരാശരമഹർഷിയുടെ പുത്രനായ കൃഷ്ണ-ദ്വൈപായനാണ്, വ്യാസൻ, കൃഷ്ണ ദ്വൈപായനുമുമ്പും അനേകം വ്യാസന്മാർ ഉണ്ടായിട്ടുണ്ട്. പ്രജാപതി, ബൃഹസ്പതി, ഉശനസ്സ് തുടങ്ങിയ ഇരുപത്തിയാറ് മുനിമാർ വ്യാസപദം അലങ്കരിച്ചവരാണ്. *വിഷ്ണുപുരാണ*മനുസരിച്ച് ഇരുപത്തിയെട്ടാമത്തെ വ്യാസനാണത്രേ കൃഷ്ണദ്വൈപായനൻ. സ്വയംഭൂ, ബ്രഹ്മാവ്, പ്രജാപതി, ഉശനസ്സ്, ആംഗിരസൻ, (ബൃഹസ്പതി) സവിതാ, മൃത്യു, ശ്രാദ്ധദേവൻ, ശതക്രതു, വസിഷ്ഠൻ, സാരസ്വതൻ, ത്രധാമാ, ത്രിശിഖൻ, ഭരദ്വാജൻ, അന്തരീക്ഷൻ(നാരായണൻ), വർണീ, ത്രയ്യാരുണി, ധനഞ്ജയൻ, ദേവകൃതഞ്ജയൻ, ഋതഞ്ജയൻ, ഭാരദ്വാജൻ, ഗൗതമൻ, വാജശ്രവസ്സ്, ശുഷ്മായണൻ, തൃണബിന്ദു, ഋക്ഷൻ(വാൽമീകി), ശക്തി, പരാശരൻ, ജാതുകർണ്യൻ, കൃഷ്ണദ്വൈപായനൻ തുടങ്ങിയവരാണ് ഇരുപത്തിയെട്ടു വ്യാസന്മാർ. ഇതിൽനിന്നും ഒരു കാര്യം സ്പഷ്ടമാവുന്നു. വ്യാസൻ എന്നത് ഒരു ഔദ്യോഗിക നാമമാണ്. ഭാരതീയ സംസ്കൃത

വിദ്യാഭ്യാസഘടനയുടെ ഭാഗമായ ഒരു ഔദ്യോഗിക വൈജ്ഞാനിക പദവിയായിരുന്നു, വ്യാസൻ എന്നത്. *മഹാഭാരതം*പോലുള്ള ഒരു ബൃഹത് കൃതിയുടെ ആവിർഭാവത്തെക്കുറിച്ച് പ്രധാനപ്പെട്ട ചില കാര്യങ്ങൾ ഇവിടെ വ്യക്തമാവും. ഒന്നാമത്, ഈ കൃതി ഒരു വ്യക്തിയാൽ വിരചിതമായതല്ല. ഒരു വ്യക്തി, ഏറെ സാഹസികമായല്ലെങ്കിൽപ്പോലും അധ്വാനിച്ച്, സ്വന്തമായൊരു സാഹിത്യകൃതി രചിക്കുകയെന്ന രീതി യഥാർഥത്തിൽ പണ്ടുകാലം മുതലേ ഉള്ളതാണ്. എന്നാൽ, *മഹാഭാരതം* പോലെ അതിബൃഹത്തായ ഒരു കൃതി, ഒന്നിലേറെ വ്യക്തികളുടെ ശ്രമഫലമായി രൂപപ്പെട്ടതാണ് എന്നൂഹിക്കാവുന്നതാണ്.

വസിഷ്ഠന്റെ കുലത്തിൽ പിറന്നവനാണ്, പരാശരമുനി. സത്യവതിയെന്ന മുക്കുവസ്ത്രീയിൽ, പരാശരമഹർഷിക്കു ജനിച്ച പുത്രനാണ് വ്യാസൻ. ഗംഗാനദീതീരത്തുവെച്ചാണ്, (ഒരു ദ്വീപിൽ) വ്യാസൻ ജനിക്കുന്നത്. ദ്വൈപായനൻ എന്ന പേര് ലഭിക്കുന്നതങ്ങനെയാണ്. വ്യാസന്റെ പിതാവ്, പരാശരൻ സർവജ്ഞനായ ആചാര്യനായിരുന്നു. കുട്ടിക്കാലത്തുതന്നെ, സർവവിദ്യകളും വ്യാസൻ അഭ്യസിച്ചു. നിയമസംഹിതകൾ, ഉപനിഷത്തുകൾ, പുരാണങ്ങൾ, ശാസ്ത്രം, കല, വ്യാകരണം തുടങ്ങിയ വിഷയങ്ങളെല്ലാം വ്യാസനു ഹൃദിസ്ഥമായിരുന്നു. തനിക്കു മുമ്പുള്ള വ്യാസന്മാരിൽ വെച്ച് ഏറ്റവും പ്രതിഭാധനനും പ്രഗത്ഭനുമായിരുന്നു, കൃഷ്ണദ്വൈപായനൻ.

*വിഷ്ണുപുരാണ*ങ്ങളിലെ വ്യാസപദവി സാങ്കൽപ്പികമാണെങ്കിലും വൈജ്ഞാനികമേഖലയിൽ നിലനിന്ന ഒരധികാര പദവിയെ വ്യാസ പദവി സൂചിപ്പിക്കുന്നതിന് സാധ്യതയുണ്ട്. 'ജയസംഹിത' യെന്നു *മഹാഭാരത*ത്തിന് ഒരു പൂർവ പദമുണ്ട്. കൃഷ്ണദ്വൈപായനന് മുമ്പുതന്നെ *മഹാഭാരത* കഥ നിലനിന്നിരുന്നുവെന്ന് അനുമാനിക്കാവുന്നതാണ്. അനേകം

കൂട്ടിച്ചേർക്കലുകളും തിരുത്തലുകളും വരുത്തിയതിനുശേഷമാണ് ഇന്നു കാണുന്ന *വ്യാസമഹാഭാരതം* നിലവിൽ വന്നത്.

പ്രാചീന ഇന്ത്യൻസാമൂഹിക-രാഷ്ട്രീയ ജീവിതത്തിന്റെ പ്രതിഫലനമാണ് *മഹാഭാരതം.*

ഉത്തരമഥുര കേന്ദ്രമായ ഇന്ത്യൻ പ്രദേശങ്ങളുടെ രാഷ്ട്രീയ ഇതിഹാസമാണ് *മഹാഭാരതം.* യാദവ ജനതയുടെ ഇതിഹാസമാണിത്. യാദവകുലത്തിലൊന്നായ വൃഷ്ണികുലത്തിലെ വസുദേവന് ദേവകിയിൽ ജനിച്ച എട്ടാമത്തെ പുത്രനാണ് ശ്രീകൃഷ്ണൻ. വിഷ്ണുവിന്റെ അവതാരമായിട്ടാണ് ശ്രീകൃഷ്ണൻ അറിയപ്പെടുന്നത്. മനുവിന്റെ വംശപാരമ്പര്യത്തിൽപ്പെട്ടവരാണ് യാദവർ. യദുകുലത്തിന്റെ രാഷ്ട്രീയഘടന, പ്രാചീന ജനായത്ത സമ്പ്രദായമാണെന്ന് പറയാം. ക്ഷത്രിയവംശത്തിൽപ്പെട്ടവരാണെങ്കിലും യാദവർ താഴ്ന്ന ജാതിക്കാരായിട്ടാണ് പരിഗണിക്കപ്പെട്ടത്.

പുരുവംശത്തിൽ പിറന്ന ദുഷ്യന്തന് ശകുന്തളയിൽ പിറന്ന പുത്രനാണ് ഭരതൻ. ഭരതന്റെ വംശത്തിൽ പിറന്നവർ എന്നർഥത്തിൽ പുരവംശജരെ, 'ഭാരതന്മാർ' എന്നു വിശേഷിപ്പിക്കുന്നു. ഭരതന്റെ പിൻഗാമിയായ ഹസ്തിനൃപൻ ഗംഗാതീരത്തിൽ പുതിയൊരു നഗരം സ്ഥാപിച്ചു. അതിന്റെ പേരാണ് ഹസ്തിനപുരം. ഇതാണ് സുപ്രസിദ്ധമായ കൗരവ രാജധാനി. കുരുവംശത്തിൽ പിറന്ന ആളാണ് പ്രതീപപുത്രനായ ശന്തനു. ശന്തനുമഹാരാജാവിന് ഗംഗാദേവിയിൽ ജനിച്ച പുത്രനാണ്, മഹായശസ്വിയായ ഭീഷ്മർ. ഗംഗാദത്തൻ എന്നായിരുന്നു യഥാർഥപേർ. നിത്യബ്രഹ്മചാരിയായിരുന്നു ഭീഷ്മർ. മഹാതപസ്വിയായ ഭീഷ്മർ സ്വച്ഛന്ദമൃത്യുവായിരുന്നു. യുദ്ധത്തിൽ ഭീഷ്മരെ ജയിക്കാൻ ശക്തനായ മറ്റൊരാളുണ്ടായിരുന്നില്ല.

ഭീഷ്മരുടെ ജനനശേഷം ഗംഗാദേവി ഭർത്താവായ ശന്തനുവിനെ വിട്ടുപോയി. ഭീഷ്മരൊഴികെയുള്ള കുഞ്ഞുങ്ങളെയെല്ലാം അമ്മയായ ഗംഗാദേവി നദിയിൽ മുക്കിക്കൊല്ലുകയായിരുന്നു. ഭീഷ്മർ (ഗംഗാദത്തൻ) ജനിച്ചപ്പോൾ, അവനെയെങ്കിലും രക്ഷിക്കാൻ ശന്തനുമഹാരാജാവ് ശ്രമിച്ചപ്പോഴാണ് ഭാര്യ അദ്ദേഹത്തെ പരിത്യജിച്ചത്. തന്റെ ഇംഗിതത്തിനെതിരായി ഒരിക്കലും പ്രവർത്തിക്കില്ലെന്ന ശപഥത്തിന്റെ ഭാഗമായിട്ടാണ്, ഗംഗാദേവി, ശന്തനുവിനെ വിവാഹം കഴിച്ചത്. ഗംഗാദേവിയുടെ വേർപാടിനുശേഷം ഏകാകിയായ ശന്തനു മഹാരാജാവിന്, സത്യവതിയെന്ന സുന്ദരിയായ മുക്കുവസ്ത്രീയിൽ തീവ്രമായ അഭിലാഷം ജനിച്ചു. പരാശരപുത്രനായ കൃഷ്ണദ്വൈപായനന്റെ മാതാവായിരുന്നു, സത്യവതി. സത്യവതിയിൽ ജനിക്കുന്ന പുത്രന് രാജ്യാവകാശം നൽകുമെങ്കിൽ മാത്രമെ, സത്യവതിയെ ശന്തനുവിന് വിവാഹം കഴിച്ചുകൊടുക്കുകയുള്ളുവെന്ന്, നിബന്ധനയുണ്ടായിരുന്നു. എന്നാൽ, ഗംഗേയൻ, അഥവാ ഗംഗാദത്തൻ ജീവിച്ചിരിക്കെ, മറ്റൊരു പുത്രനു രാജ്യാവകാശം നൽകാൻ ശന്തനു തയാറായിരുന്നില്ല. എന്നാൽ അതിസുന്ദരിയായ സത്യവതിയിൽനിന്നും മനസ്സ് അടർത്തിമാറ്റാനും ശന്തനുവിന് കഴിഞ്ഞില്ല. പിതാവിന്റെ ഈ

വിഷമസന്ധി മനസിലാക്കിയ, ഗംഗാദത്തൻ, പിതാവറിയാതെ സത്യവതിയുടെ കുടിയിലെത്തി. അദ്ദേഹം സത്യവതിയുടെ പിതാവായ കൈവർത്തനനെ കണ്ട്, താൻ നിത്യബ്രഹ്മചാരിയാവാൻ തയാറാണെന്ന് പ്രഖ്യാപിക്കുകയും ശപഥം ചെയ്യുകയും ചെയ്തു. അങ്ങനെ, അദ്ദേഹം ഭീഷ്മരായി അറിയപ്പെട്ടു. അദ്ദേഹത്തിന്റെ പ്രഖ്യാതമായ, 'ഭീഷ്മശപഥം' കേട്ട് ഹർഷപുളകിതരായ ദേവന്മാർ, അദ്ദേഹത്തെ 'സ്വച്ഛന്ദമൃത്യു'വായി പ്രഖ്യാപിച്ചു. അങ്ങനെ പിതാവിനുവേണ്ടി കുടുംബജീവിതം ത്യജിച്ച് ഭീഷ്മർ, സത്യവതിയെ മാതാവായി സ്വീകരിച്ച്, പിതാവിനു നൽകി.

അങ്ങനെ ശന്തനുവും സത്യവതിയും സുഖസന്തോഷങ്ങൾ പങ്കുവെച്ചു ജീവിച്ചു. അവർക്ക് രണ്ടു പുത്രന്മാർ ജനിച്ചു. ചിത്രാംഗദനും വിചിത്രവീര്യനുമായിരുന്നു അവർ. ഏറെത്താമസിയാതെ ശന്തനുവും അനന്തരം, ചിത്രാംഗദനും മരിച്ചു. വിചിത്രവീര്യൻ ഭീഷ്മരുടെ തണലിൽ വളർന്നു. വിചിത്രവീര്യന്റെ ഭാര്യമാരായിരുന്നു, അംബികയും അംബാലികയും. എന്നാൽ വിചിത്രവീര്യനു സന്താനമുണ്ടാവും മുമ്പേ അദ്ദേഹം മരിച്ചു. അനന്തരം അംബികയിൽ വ്യാസന് ധൃതരാഷ്ട്രർ എന്ന പുത്രൻ ജനിച്ചു. കണ്ണടച്ചുകൊണ്ടായുരുന്നു അംബിക വായാസനെ പ്രസവിച്ചത്. അതുകൊണ്ട് പുത്രൻ അന്ധനായി പിറന്നു. അംബാലികയുടെ പുത്രനായിരുന്നു പാണ്ഡു. അദ്ദേഹം ജന്മനാ രോഗിയായിരുന്നു. ഇതിനു ശേഷമാണ് വിദുരരുടെ ജനനം.

പാണ്ഡുവായിരുന്നു രാജ്യം ഭരിച്ചിരുന്നത്. ഒരുദിനം, പാണ്ഡു തന്റെ യുവപത്നിമാരുമൊത്ത്, ഹിമാലയസാനുക്കളിലെ വനസ്ഥലിയിൽ അഭിരമിക്കുകയായിരുന്നു. ആ സന്ദർഭത്തിൽ അദ്ദേഹം നായാട്ടു നടത്തുകയും ഒരു മുനിയുടെ ശാപമേൽക്കുകയും ചെയ്തു. സന്താനങ്ങളില്ലാതെ

പോവട്ടെ എന്നായിരുന്നു മുനി പാണ്ഡുവിനെ ശപിച്ചത്. അങ്ങനെ ദുഃഖിതനായ പാണ്ഡു തന്റെ ഭാര്യമാരെ വിളിച്ച് ഉത്തമരായ, ഋഷിപര്യന്മാരെ വരിച്ച് സന്താനങ്ങൾക്കു ജന്മം നൽകാൻ നിർദേശിച്ചു. കുന്തി, കന്യകയായിരിക്കുമ്പോൾത്തന്നെ സൂര്യഭഗവാനെ ആരാധിക്കുകയും അതിൽ ഒരു കുട്ടിയുണ്ടാവുകയും ചെയ്തിരുന്നു. അതൊരു മഹാരഹസ്യമായിരുന്നു. ലോകാപവാദം ഭയന്ന്, സൂര്യനിൽ തനിക്കു ജനിച്ച, കുട്ടിയെ കുന്തി ഉപേക്ഷിച്ചിരുന്നു. സന്താനങ്ങളില്ലാത്ത സൂതദമ്പതികൾ—അതിരഥനും രാധയും ആ കുട്ടിയെ വളർത്തി. അവനാണ് ലോകൈകവീരനായ കർണൻ. പാണ്ഡുവിന്റെ നിർദേശമനുസരിച്ച്, കുന്തി, യമധർമനെ വരിച്ചു. അങ്ങനെയുണ്ടായ പുത്രനാണ് യുധിഷ്ഠിരൻ. വായുദേവനെ വരിച്ചിതിലുള്ള സന്താനമാണ് ഭീമസേനൻ. ഇന്ദ്രനെ വരിച്ച്, അർജുനനെയും കുന്തി പ്രസവിച്ചു. മാദ്രിയുടെ മക്കളാണ് ഇരട്ടപെറ്റ നകുലസഹദേവന്മാർ. അഞ്ചു പുത്രന്മാരെയും കണ്ടു സായൂജ്യമടഞ്ഞ പാണ്ഡു ചരമം പ്രാപിച്ചു. മാദ്രി, സതീധർമമനുസരിച്ച് പാണ്ഡുവിന്റെ ചിതയിൽ ചാടി മരിച്ചു. അങ്ങനെ, അഞ്ചു പുത്രന്മാരെയും വളർത്തേണ്ട ഉത്തരവാദിത്വം കുന്തീദേവിക്കായി. ഭീഷ്മരുടെ തണലിൽ, കുന്തി, ഹസ്തിനപുരത്തിൽ ജീവിച്ചു. വിശ്വപ്രഭാവനായ ഭീഷ്മരാണ്, കുന്തിയുടെ പുത്രന്മാരെ വളർത്തിയത്.

ധൃതരാഷ്ട്രരുടെ പത്നിയായിരുന്നു ഗാന്ധാരി. അവർക്കു സന്താനങ്ങളുണ്ടാവാൻ കാലമേറെയെടുത്തു. കുന്തിയുടെ രണ്ടാമത്തെ പുത്രനുശേഷം, ഒരു മാംസപിണ്ഡത്തെ അവർ പ്രസവിക്കാനിടയായി. നൂറോളം സന്താനബീജങ്ങൾ സംയോജിച്ചുനിന്ന ആ മാംസ പിണ്ഡത്തെ വ്യാസന്റെ ഔഷധപ്രയോഗത്താൽ നൂറു പുത്രന്മാരും ഒരു പുത്രി (ദുശ്ശള)യുമായി രൂപാന്തരപ്പെടുത്തി. ദുര്യോധനൻ, ദുശ്ശാസനൻ തുടങ്ങിയ ആ നൂറുപേർ പാണ്ഡവരോടൊപ്പം, ഭീഷ്മരുടെ സംരക്ഷണത്തിൽ വളർന്നു. അവർക്കെല്ലാവർക്കും ആയുധവിദ്യ നൽകിയത് മഹാനായ ദ്രോണാചാര്യരായിരുന്നു. കർണനും ഹസ്തിനപുരത്തിൽ വന്ന് ദ്രോണാചാര്യർക്ക് ശിഷ്യപ്പെട്ട് ആയുധവിദ്യ അഭ്യസിച്ചു. അങ്ങനെ കൗരവരുടെയും പാണ്ഡവരുടെയും ഗുരുവായി മാറി, ദ്രോണർ. അസ്ത്രപ്രയോഗത്തിൽ അർജുനനും കർണനും അസമാന്യ വൈദഗ്ധ്യം നേടി. ഗദായുദ്ധത്തിൽ ഭീമനെ നേരിടാൻ ലോകത്തിലൊരാൾക്കും കഴിയുമായിരുന്നില്ല. സൈനിക ശാസ്ത്രത്തിൽ പാണ്ഡവരോട് കിടപിടിക്കാൻ കൗരവർക്ക് കഴിയുമായിരുന്നില്ല. എന്നാൽ കർണൻ അസാമാന്യ പ്രതിഭയായിരുന്നു. അസ്ത്രവിദ്യയിൽ അർജുനനെ വെല്ലാൻ കഴിയുന്ന വീരയോദ്ധാവായിരുന്നു കർണനെങ്കിലും, അർജുനനോടുള്ള സവിശേഷ സ്നേഹവാത്സല്യത്താൽ ദ്രോണർ, കർണനെ അവഗണിക്കുകയായിരുന്നു. മാത്രമല്ല, കർണനെ സൂതപുത്രനെന്ന് അധിക്ഷേപിക്കുകയും ചെയ്തു. എന്നാൽ അധിക്ഷേപിക്കപ്പെട്ട കർണനെ ദുര്യോധനൻ അംഗരാജാവായി അഭിഷേകം ചെയ്തതോടെ, കർണനും കൗരവരും തമ്മിലുള്ള ആത്മബന്ധം സ്ഥാപിക്കപ്പെടുകയായിരുന്നു.

പാണ്ഡവരിൽ മൂത്തവനായ യുധിഷ്ഠിരനെ ഭീഷ്മരും ദ്രോണരും

ചേർന്ന് യുവരാജാവായി വാഴിച്ചു. അനുപമമായ നീതിബോധംകൊണ്ടും വിനയംകൊണ്ടും അനുഗൃഹീതനായിരുന്നു, യുധിഷ്ഠിരൻ. ധർമം വെടിഞ്ഞൊന്നും യുധിഷ്ഠരൻ പ്രവർത്തിക്കുകയോ ചിന്തിക്കുകയോ ചെയ്യുമായിരുന്നില്ല. അങ്ങനെയാണ് യുധിഷ്ഠിരന് ധർമപുത്രൻ എന്ന പേരു ലഭിച്ചത്. യുധിഷ്ഠിരനെ രാജാവായി വാഴിച്ചത് അഹങ്കാരികളായ കൗരവർക്കു സഹിച്ചില്ല. സഹോദരന്മാരെങ്കിലും എന്തുവിലകൊടുത്തും പാണ്ഡവന്മാരെ ചതിക്കാൻ തക്കംപാർത്തു നടക്കുകയായിരുന്നു, അവർ. അങ്ങനെയാണ് പാണ്ഡവരെ ഒന്നടങ്കം കൊന്നൊടുക്കാൻ അവരൊരു ഉപായം കണ്ടുപിടിച്ചത്. ഹസ്തിനപുരിക്കടുത്ത്, 'വാരണാ-വതം' എന്നൊരു ഗ്രാമമുണ്ട്. അവിടെ കൗരവർ ഒരു മന്ദിരം തീർത്തു. അരക്ക്, മെഴുക്, വൈക്കോൽ തുടങ്ങിയവ ഉപയോഗിച്ചാണീ മന്ദിരം പണിതത്. എളുപ്പത്തിൽ കത്തിനശിക്കുന്ന അരക്കില്ലമായിരുന്നു, ഇത്. ധൃതരാഷ്ട്രർ മുഖേന, പാണ്ഡവരെ അവിടെ താമസിപ്പിക്കാൻ കൗരവർ ഗൂഢാലോചന നടത്തി. പാണ്ഡവർ അവിടെ കിടന്നുറങ്ങുമ്പോൾ അരക്കില്ലത്തിനു തീ കൊടുത്ത് അവരെ നശിപ്പിക്കുകയായിരുന്നു, ലക്ഷ്യം.

എന്നാൽ, വിദുരൻ മുഖാന്തിരം കൗരവരുടെ ഈ ഗൂഢാലോചന പാണ്ഡവർ മനസിലാക്കുകയും, അവർ തന്നെ അരക്കില്ലത്തിന് തീവെച്ച്, സൂത്രത്തിൽ രക്ഷപ്പെടുകയും ചെയ്തു. കൗരവരുടെ കണ്ണിൽ പാണ്ഡവർ ഒന്നടങ്കം ചത്തൊടുങ്ങി. പാണ്ഡവരാകട്ടെ, വേഷം മാറി ദേശാടനം ചെയ്യുകയും ചെയ്തു.

ഇതിനിടയിലാണ് പാഞ്ചാലരാജാവായ ദ്രുപദന്റെ മകൾ ദ്രൗപദി (പാഞ്ചാലി)യുടെ സ്വയംവരം നടന്നത്. പാണ്ഡവർ, അവിടെയെത്തിയിരുന്നു. ദ്വാരകയിൽനിന്ന് ശ്രീകൃഷ്ണനും അവിടെയുണ്ടായിരുന്നു. അവിടെവച്ച് ശ്രീകൃഷ്ണനും പാണ്ഡവരും തമ്മിൽ കണ്ടുമുട്ടി. ശ്രീകൃഷ്ണന്റെ പിതാവായ വസുദേവരുടെ ഒരനുജത്തിയാണ് കുന്തീദേവി. ഈ നിലയ്ക്ക് അവർ ബന്ധുക്കളായതിനാൽ, മുമ്പേ പരസ്പരം അറിയുമായിരുന്നെങ്കിലും ആദ്യമായിട്ടാണ് കണ്ടുമുട്ടുന്നത്. ശ്രീകൃഷ്ണന്റെ അമ്മയുടെ പേര് ദേവകിയെന്നായിരുന്നു. ദേവകിയുടെ ജ്യേഷ്ഠസഹോദരനായ കംസൻ, ദേവകിയെയും ഭർത്താവ് വസുദേവരെയും കാരാഗൃഹത്തിലടച്ചു. ദേവകീവസുദേവന്മാരുടെ എട്ടാമത്തെ പുത്രൻ തന്നെ വധിക്കുമെന്ന് അരുളപ്പാടുണ്ടായിരുന്നതിലാണ് കംസൻ ഇങ്ങനെ ചെയ്തത്. ദേവകീ വസുദേവർ ബന്ധനസ്ഥരായിരിക്കവെയാണ്, ശ്രീകൃഷ്ണൻ ജനിക്കുന്നത്. എന്നാൽ വസുദേവർ, കൃഷ്ണനെ എങ്ങനെയോ കാരാഗൃഹത്തിനു വെളിയിൽ എത്തിച്ചു. അവൻ ഗോകുലവൃന്ദാവന പ്രദേശത്ത് വളർന്നു. വിഷ്ണുവിന്റെ അവതാരമെന്നു പുകൾപ്പെറ്റ ശ്രീകൃഷ്ണൻ അലോകസാമാന്യമായ ഒരു ബാലനായിരുന്നു. ഗോകുലവാസികളുടെ മനംകവർന്ന് ശ്രീകൃഷ്ണൻ വളർന്നു. ബാലനായ ശ്രീകൃഷ്ണൻ, മഥുരാപുരിയിലെത്തി, കംസനെ വധിച്ചു, മാതാപിതാക്കന്മാരെ മോചിപ്പിച്ചു. അതിനുശേഷം, ശ്രീകൃഷ്ണൻ കുശസ്ഥലീയെന്ന ഒരു ദ്വീപിലാണ് വസിച്ചത്. അവിടെ സ്ഥാപിച്ച നഗരമാണ് ദ്വാരക. ദ്വാരകയിൽ വസിക്കവെയാണ്,

ശ്രീകൃഷ്ണൻ പാണ്ഡവരുടെ അവസ്ഥ അറിയുന്നത്.

ദ്രൗപദിയുടെ സ്വയംവരവേദിയിലാണ് ശ്രീകൃഷ്ണനും പാണ്ഡവരും തമ്മിൽ കണ്ടുമുട്ടുന്നത്. ലോകസുന്ദരിയായ ദ്രൗപദിയെ സ്വയംവരം ചെയ്യാനുള്ള പരീക്ഷകൾ അതികഠിനമായിരുന്നു. ലോകൈകവീരന്മാരും രാജകുമാരന്മാരുമടങ്ങിയ ഒരു വൻസദസായിരുന്നു അത്. ദ്രൗപദിയെ വരിക്കണമെങ്കിൽ ഒരു അപാരമായ പരീക്ഷണത്തിൽ വിജയിക്കണം. ഉയർന്നുനിൽക്കുന്ന ഒരു സ്തംഭാഗ്രത്തിൽ കറങ്ങുന്ന ഒരു മത്സ്യപ്രതിമയുണ്ട്. സ്തംഭത്തിന്റെ ചുവട്ടിൽ ഒരു പാത്രം നിറയെ എണ്ണ. എണ്ണയിലെ മത്സ്യപ്രതിബിംബം നോക്കി ഉയരത്തിൽ തിരിയുന്ന മത്സ്യബിംബത്തിന്റെ കണ്ണിൽ അമ്പെയ്തു കൊള്ളിക്കണം. അതിനുള്ള പ്രാപ്തി ഒരേ ഒരാൾക്കേ ഭൂമിയിലുള്ളൂ. അത് അർജുനനാണ്. ആ അർജുനനുള്ളതാണ് പാഞ്ചാലി. പാണ്ഡവർ അരക്കില്ലത്തിൽ വെന്തൊടുങ്ങിയെന്നാണ് ദ്രുപദൻ കരുതിയത്. അങ്ങേയറ്റം ദുഃഖിതനായിരുന്നു, അദ്ദേഹവും മകളും. എങ്കിലും മകളുടെ സ്വയംവരം നടത്തണമല്ലോ. വീരന്മാരായ വീരന്മാരൊക്കെ അമ്പെയ്ത് നോക്കി. ഫലം നിരാശാജനകം. അങ്ങനെ അർജുനന്റെ ഊഴമായി. വളരെ ലാഘവത്തോടെ അർജുനൻ വില്ലെടുത്തുകുലച്ച് മത്സ്യബിംബത്തിന്റെ കണ്ണിൽ അമ്പെയ്ത് കൊള്ളിച്ചു. ദ്രൗപദി അർജുനനെ വരിച്ചു. പാണ്ഡവന്മാർ ദ്രൗപദിയെയും കൂട്ടി താമസസ്ഥലത്തെത്തി. കുടിലിന്റെ പുറത്തുനിന്ന് ഇങ്ങനെ പറഞ്ഞു:

"അമ്മേ ഞങ്ങൾക്കിന്ന് ഒരു വലിയ ഭിക്ഷകിട്ടി"

കിട്ടിയതെന്തെന്നറിയാതെ, അമ്മ മറുപടി പറഞ്ഞു.

"മക്കളേ, കിട്ടിയത് അഞ്ചുപേരുംകൂടി അനുഭവിച്ചുകൊള്ളുക" വാതിൽ തുറന്നു പുറത്തുവന്ന അമ്മ മക്കളെയും സർവാഭരണ വിഭൂഷിതയായ ഒരത്ഭുത സുന്ദരകന്യകയെയും കണ്ട് സ്തംഭിച്ചുപോയി. പറഞ്ഞവാക്ക് പിൻവലിക്കുക വയ്യല്ലോ. അങ്ങനെ ദ്രൗപദി അഞ്ചു സഹോദരന്മാരുടെയും പത്നിയായി.

പാണ്ഡവരുടെ വിവരമെല്ലാമറിഞ്ഞ ഭീഷ്മർ, അവരെ ഹസ്തിനപുരത്തിലേക്കു കൊണ്ടുവന്നു. എന്നാൽ രാഷ്ട്രീയ വ്യവസ്ഥയിൽ ചില മാറ്റങ്ങൾ വന്നു ചേർന്നിരുന്നു. പാണ്ഡവർക്ക് ഒരു കാട്ടുപ്രദേശമായ ഇന്ദ്രപ്രസ്ഥത്തിൽ വാഴേണ്ടിവന്നു. കുരുരാജ്യം രണ്ടായി വിഭജിക്കപ്പെട്ടുകഴിഞ്ഞിരുന്നു. ഇന്ദ്രപ്രസ്ഥത്തിൽ വാണ പാണ്ഡവരെ ശ്രീകൃഷ്ണൻ സഹായിച്ചു. കൃഷ്ണൻ തന്റെ സഹോദരി, സുഭദ്രയെ അർജുനന് നൽകി. അതിലുണ്ടായ മകനാണ് അഭിമന്യു. മഹാഭാരത യുദ്ധത്തിലെ അനശ്വര കഥാപാത്രമാണ് അഭിമന്യു. ദ്രോണാചാര്യരുടെ പത്മവ്യൂഹം ഭേദിച്ച് വീരചരമമടഞ്ഞ ആളാണ് അഭിമന്യു. അഭിമന്യുവിന്റെ പുത്രനാണ് പരീക്ഷിത്ത്.

രാജാവെന്ന നിലയിൽ യുധിഷ്ഠിരന്റെ കീർത്തി ലോകമെങ്ങും പരന്നു. യുധിഷ്ഠിരന്റെ കീർത്തിയിൽ അസൂയാലുക്കളായ കൗരവർ പാണ്ഡവരെ നശിപ്പിക്കാൻ പുതിയ ശ്രമങ്ങളാരംഭിച്ചു. ധർമപുത്രരുടെ ഇഷ്ടവിനോദമായിരുന്നു, ചൂതുകളി. ചൂതുകളിയിൽ ധർമപുത്രരെ തോൽപ്പിക്കാൻ

വേണ്ടി കൗരവർ, പാണ്ഡവരെ ഹസ്തിനപുരിയിലേക്കു ക്ഷണിച്ചു. അങ്ങനെ യുധിഷ്ഠിരനും കൗരവരും തമ്മിൽ ചൂതുകളിയാരംഭിച്ചു. കൗരവർക്കുവേണ്ടി കളിച്ചത് കുബുദ്ധിയായ ശകുനിയായിരുന്നു. ശകുനിയുമായി ചൂതുകളിച്ച് യുധിഷ്ഠിരൻ അടിക്കടി തോറ്റു. സമസ്തവും പണയം വെച്ചുള്ള കളിയിൽ യുധിഷ്ഠിരന് എല്ലാം നഷ്ടപ്പെട്ടു. അവസാനം പാഞ്ചാലിയെ പണയംവെച്ചു. പാഞ്ചാലിയെയും യുധിഷ്ഠിരനു നഷ്ടപ്പെട്ടു. ദുഷ്ടനായ ദുശ്ശാസനൻ, ദ്രൗപദിയെ തലമുടി പിടിച്ചിഴച്ചു സഭാമധ്യത്തിൽ കൊണ്ടുവന്ന് അപമാനിച്ചു. ഗത്യന്തരമില്ലാതെ പാണ്ഡവർ ഇതിനു മൂകസാക്ഷികളായി നിന്നു. അവസാനം ധൃതരാഷ്ട്രർ യുധിഷ്ഠിരശാപം ഭയന്ന്, നഷ്ടപ്പെട്ട രാജ്യവും പാഞ്ചാലിയെയും പാണ്ഡവരെയും തിരിച്ചു നൽകി. യുധിഷ്ഠിരനാവട്ടെ ഒരിക്കൽക്കൂടി ചൂതുകളിക്കൊരുങ്ങി. ചൂതിൽ തോൽക്കുന്നവർ പന്ത്രണ്ടു സംവത്സരം വനവാസവും ഒരു വർഷം അജ്ഞാതവാസവും കഴിക്കണം എന്നായിരുന്നു വ്യവസ്ഥ. ഈ കളിയിലും യുധിഷ്ഠിരൻ പരാജയപ്പെടുകയും പാണ്ഡവർ ദ്രൗപദിക്കൊപ്പം വനവാസം നടത്താൻ നിർബന്ധിതരാവുകയും ചെയ്തു.

അങ്ങനെ പാണ്ഡവർ ഉത്തരഭാരത പ്രദേശങ്ങളിൽ വനവാസം തുടങ്ങി. ഈ വനവാസകാലത്ത് യുധിഷ്ഠിരൻ സൂര്യദേവനെ തപസു ചെയ്ത്, ദിവ്യമായ അക്ഷയപാത്രം സ്വന്തമാക്കി. എത്രവിളമ്പിയാലും ഒടുങ്ങാത്ത ഭക്ഷ്യവസ്തുക്കൾ താനേവിളയുന്നതായിരുന്നു അക്ഷയപാത്രം. അങ്ങനെ പാണ്ഡവർ സുഭിക്ഷമായും സന്തോഷത്തോടെയും ജീവിച്ചു. അർജുനനാവട്ടെ, ശിവനെ ഉപാസിച്ച് പാശുപതാസ്ത്രം എന്ന ദിവ്യാസ്ത്രം സ്വന്തമാക്കി. വനവാസം കഴിഞ്ഞ് പാണ്ഡവർ അജ്ഞാതവാസം തുടങ്ങി. വിരാടരാജധാനിയിലാണവർ അജ്ഞാതവാസം നട

ത്തിയത്. ഈ കാലഘട്ടത്തിലാണ്, കീചകൻ പാഞ്ചാലിയെ അപമാനിക്കാൻ മുതിർന്നത്. ഭീമസേനൻ കീചകനെ വധിച്ചു. 'ചത്തതു കീചകനെങ്കിൽ കൊന്നതു ഭീമനെന്ന്' കൗരവർ മനസിലാക്കി. പാണ്ഡവരെ കണ്ടുപിടിക്കാൻ ശ്രമം നടത്തി. എന്നാൽ അപ്പോഴേക്കും അജ്ഞാതവാസകാലം കഴിഞ്ഞിരുന്നു.

അജ്ഞാതവാസത്തിനു ശേഷം, പാണ്ഡവർ ഒരു ദൂതനെ ധൃതരാഷ്ട്രരുടെ അടുത്തേക്കയച്ചു. തങ്ങൾക്കവകാശപ്പെട്ട രാജ്യം വേണമെന്ന് അറിയിച്ചു. ദുര്യോധനൻ പരിഹസിച്ചുതള്ളി. ഭീഷ്മരും ദ്രോണരും പാണ്ഡവരെ പിന്തുണച്ചെങ്കിലും ദുര്യോധനൻ അതെല്ലാം തള്ളിക്കളഞ്ഞു. യുദ്ധം ചെയ്തുനേടട്ടെ എന്നായിരുന്നു ദുര്യോധനന്റെ മറുപടി. യുദ്ധമൊഴിവാക്കാൻ അനേകം ആചാര്യരും ഋഷികളും ശ്രമിച്ചെങ്കിലും കൗരവർ അതെല്ലാം നിഷ്കരുണം തിരസ്കരിച്ചു. അവസാനം യുധിഷ്ഠിരൻ ശ്രീകൃഷ്ണനെ ഹസ്തിനപുരിയിലേക്ക് മധ്യവർത്തിയായി അയച്ചു. ഒരു ഗ്രാമമെങ്കിലും നൽകാനുള്ള കൃഷ്ണാഭ്യർഥന കൗരവർ ചെവിക്കൊണ്ടില്ല. പാണ്ഡവർക്ക് സൂചികുത്താനുള്ള ഇടംപോലും നൽകില്ലെന്ന് കൗരവർ തീർത്തുപറഞ്ഞു. അങ്ങനെ ഒരു മഹായുദ്ധം അനിവാര്യമായി. ഭാരതത്തിനകത്തും പുറത്തുമുള്ള അനേകം രാജാക്കന്മാരും പ്രഭുക്കളും യോദ്ധാക്കളും ഇരുപക്ഷവും അണിനിരന്നു. സഹോദരന്മാർ തമ്മിലുള്ള യുദ്ധത്തിൽ താൻ ആയുധമെടുത്തു യുദ്ധം ചെയ്യില്ലെന്ന് ശ്രീകൃഷ്ണൻ ശപഥം ചെയ്തു. എന്നാൽ പാണ്ഡവപക്ഷത്തു നിന്നുകൊണ്ട് അർജുനന്റെ തേരാളിയാവാൻ ശ്രീകൃഷ്ണൻ സമ്മതിച്ചു. കൗരവപക്ഷത്ത് പതിനൊന്ന് അക്ഷൗഹിണിപ്പട അണിനിരന്നു. ഭീഷ്മർ, ദ്രോണർ, കൃപർ, അശ്വത്ഥാമാവ്, ശല്യർ, കർണൻ, ജയദ്രഥൻ തുടങ്ങിയ മഹാരഥന്മാരെല്ലാവരും കൗരവപക്ഷത്തായിരുന്നു. ഏഴ് അക്ഷൗഹിണിയാണ് പാണ്ഡവപക്ഷത്തുണ്ടായിരുന്നത്. അങ്ങനെ ആകെ പതിനെട്ട് അക്ഷൗഹിണി ഇരുപക്ഷത്തുമായി അണിനിരന്നു. ഇത്രയും വമ്പിച്ച സേനാവ്യൂഹവും യുദ്ധഭ്രാന്തും, ലോക ഇതിഹാസങ്ങളിലൊന്നും ഇന്നുവരെ പരാമർശിച്ചുകണ്ടിട്ടില്ല.

അതിഗംഭീരയുദ്ധമായിരുന്നു, മഹാഭാരതയുദ്ധം. സങ്കീർണമായിരുന്നു യുദ്ധത്തിന്റെ തയാറെടുപ്പും ഗതിയും നിയമങ്ങളും. ശംഖധ്വനി മുഴങ്ങിയ ശേഷമേ ആയുധം പ്രയോഗിക്കാൻ പാടുള്ളൂ. ശത്രു അടർക്കളത്തിൽ തളർന്നുവീണാൽ ആയുധം പ്രയോഗിക്കാൻ പാടില്ലെന്നായിരുന്നു നിയമം. അതുപോലെ തന്നെ എതിരാളി ആയുധം കൈവിട്ടിരിക്കുന്ന സമയം ആരും ആയുധം ഉപയോഗിക്കാൻ പാടില്ല. സൂര്യോദയത്തിനുശേഷമേ യുദ്ധമുള്ളൂ. അസ്തമയത്തിനു മുമ്പു യുദ്ധം നിർത്തണം. പകൽ യുദ്ധം ചെയ്തവർ ശത്രുമിത്രഭേദമന്യേ കളിച്ചും ചിരിച്ചും രസിച്ചു കഴിയുന്നു. പാർവതം, നാഗം, ഗാരുഡം, സ്തംഭനം, മോഹനം, ജൃംബകം, ബ്രഹ്മം, പാശുപതം, വായവ്യം, വാരുണം, ആഗ്നേയം തുടങ്ങിയ ദിവ്യാസ്ത്രങ്ങൾ മഹാഭാരതയുദ്ധത്തിൽ പ്രയോഗിക്കപ്പെട്ടിരുന്നു.

പാണ്ഡവരുടെ തേരാളിയായി ശ്രീകൃഷ്ണൻ മഹാരഥമേറി. എന്നാൽ

പ്രാണനെ അവഗണിച്ച് പടവെട്ടി മരിക്കാൻ മടിയില്ലാതെ നിൽക്കുന്ന ഇഷ്ടജനങ്ങളെയും ആചാര്യന്മാരെയും കണ്ട് അർജുനന്റെ മനസിടറി. നിഷ്കളങ്കരായ ബന്ധുജനങ്ങളെ കണ്ട് അർജുനന്റെ ഹൃദയം വിങ്ങി. ഗുരുശ്രേഷ്ഠരായ ആചാര്യർക്കെതിരെ ആയുധം പ്രയോഗിക്കണമല്ലോ എന്നോർത്ത് പാർഥൻ ഞെട്ടി. ആയുധം താഴെവെച്ച് ഹതാശനായി അദ്ദേഹമിരുന്നുപോയി. തൽക്ഷണം അർജുനന് ശ്രീകൃഷ്ണൻ നൽകിയ ജ്ഞനോപദേശമത്രെ, *ഭഗവത്ഗീത*. ഭീഷ്മപർവം 25 മുതൽ 42 വരെയുള്ള *ഗീത*യുടെ എഴുന്നൂറു ശ്ലോകങ്ങൾ 18 അധ്യായങ്ങളിൽ ചേർത്തിരിക്കയാണ്.

കർമത്തെ ഉയർത്തിപ്പിടിക്കുന്ന ഉപദേശമാണ് *ഗീത*. കർമയോഗം സർവശാന്തിക്കും മോക്ഷത്തിനുമുള്ള വഴിയാണെന്ന് *ഗീത* സിദ്ധാന്തിക്കുന്നു. ഇന്ത്യൻ തത്വചിന്തയിൽ അദ്വിതീയമായ സ്വാധീനം ചെലുത്തിയ ദർശനമാണ് *ഭഗവത്ഗീത*യുടേത്. യോഗനിഷ്ഠമായ കർമത്തിന്റെ വിശുദ്ധിയും മഹത്വവും അർജുനനെ ബോധ്യപ്പെടുത്തുന്ന രീതിയിലാണ് *മഹാഭാരത*ത്തിലെ ഗീതാവതരണം. എന്നാൽ *ഭഗവത്ഗീത*, *മഹാഭാരത*ത്തിൽ പിൽക്കാലത്ത് കൂട്ടിച്ചേർക്കപ്പെട്ടതാണെന്നാണ് കൊസാംബിയെപ്പോലുള്ള ചരിത്രകാരന്മാരുടെ മതം. ഇന്ത്യൻ സാമൂഹികവ്യവസ്ഥയുടെ തത്വങ്ങൾ അരക്കിട്ടുറപ്പിക്കുന്നതാണ് ഗീതയെന്നാണ് അദ്ദേഹത്തിന്റെ അഭിപ്രായം. കർമഫലത്തിന്റെ ആസക്തി കൈവിടാനാണ് കൃഷ്ണൻ അർജുനനെ ഉപദേശിക്കുന്നത്. ഗീതോപദേശം കേട്ട് ആത്മബോധം വീണ്ടെടുത്ത അർജുനൻ യുദ്ധത്തിനു തയാറാവുകയായിരുന്നു.

അതിഘോരയുദ്ധമായിരുന്നു മഹാഭാരതയുദ്ധം. അർജുനനും കൗരവപക്ഷത്തെത ഭീഷ്മരും തമ്മിൽ നടത്തിയ യുദ്ധം സമാനതകളില്ലാത്തതായിരുന്നു. ഗുരുശ്രേഷ്ഠനായ ഭീഷ്മരെ ജയിക്കാൻ അർജുനനും അർജുനനെ ജയിക്കാൻ ഭീഷ്മർക്കും കഴിഞ്ഞില്ല. ഒമ്പതു ദിവസത്തെ യുദ്ധംകൊണ്ട് വമ്പിച്ച നാശനഷ്ടങ്ങൾ ഇരുപക്ഷത്തുമുണ്ടായി. കൗരവരെ നയിക്കുന്നത് ഭീഷ്മരാണ്. ഭീഷ്മർ സ്വച്ഛന്ദമൃത്യുവാണ്. ആർക്കും അദ്ദേഹത്തെ കീഴ്പ്പെടുത്തുക വയ്യാ. എന്നാൽ 10-ാം ദിവസം ദ്രുപദപുത്രനായ ശിഖണ്ഡി ഭീഷ്മർക്കെതിരെ അമ്പെയ്തു. ശിഖണ്ഡി(നപും

സകം)യോട് യുദ്ധംചെയ്യാൻ കഴിയാതെ ഭീഷ്മർ പുറം തിരിഞ്ഞുനിന്നു. ഈ സമയം ഭീഷ്മരുടെ പിൻഭാഗത്ത് ശരവർഷമായിരുന്നു. അദ്ദേഹം രഥത്തിൽനിന്നും വീണു. അദ്ദേഹം ശരശയ്യയിലായി. ഉത്തരായനം പിറന്നിട്ട് സ്വച്ഛന്ദമൃത്യുവരിക്കാൻ വേണ്ടി അദ്ദേഹം ശരശയ്യയിൽ തന്നെ കിടന്നു.

ഭീഷ്മരുടെ പതനശേഷം, 11-ാം ദിവസം ദ്രോണാചാര്യർ കൗരവ സൈന്യത്തെ നയിച്ചു. പതിമൂന്നാമത്തെ ദിവസം, പത്മവ്യൂഹം എന്ന പേരിലുള്ള യുദ്ധസജ്ജീകരണത്തിൽ കൗരവസൈന്യത്തെ നിലയുറപ്പിച്ചു. സൂര്യാസ്തമയത്തിനു മുമ്പ് പത്മവ്യൂഹം ഭേദിക്കപ്പെട്ടില്ലെങ്കിൽ യുദ്ധം ജയിച്ചുവെന്നാണ് നിയമം. അർജുനപുത്രനായ അഭിമന്യു പത്മവ്യൂഹം ഭേദിക്കാൻ നിയോഗിക്കപ്പെട്ടു. സർവ സൈനികസന്നാഹങ്ങളോടും കൂടി അഭിമന്യുകുമാരൻ പത്മവ്യൂഹം ഭേദിച്ചു. പക്ഷേ, അതിനുപുറത്തു കടക്കാൻ അദ്ദേഹത്തിനു കഴിഞ്ഞില്ല. ജയദ്രഥനും കർണനും ചേർന്ന് അഭിമന്യുവിനെ വധിച്ചു.

അഭിമന്യുവിനെ വധിച്ച വാർത്തയറിഞ്ഞ അർജുനൻ പ്രക്ഷുബ്ധനായി. "നാളെ സൂര്യനുദിക്കുമെങ്കിൽ അസ്തമയത്തിനുമുമ്പ്, ജയദ്രഥന്റെ ശിരസുഞാനറുക്കും. അതിനു കഴിഞ്ഞില്ലെങ്കിൽ സ്വയം തീയിൽ ചാടി മരിക്കും." എന്ന് അർജുനൻ ശപഥം ചെയ്തു. കൗരവർ, ജയദ്രഥനെ ഒരു നിലവറയിൽ ഒളിപ്പിച്ചു. നേരം സായാഹ്നമായി. അർജുനന് ജയദ്രഥനെ കാണാനൊത്തില്ല. ശ്രീകൃഷ്ണൻ, മായാപ്രഭാവത്താൽ സൂര്യനെ മറച്ചു. ഭൂമിയെങ്ങും ഇരുട്ടായി. കൗരവർ കബളിപ്പിക്കപ്പെടുകയായിരുന്നു. രാത്രിയായെന്നു കരുതി അവർ ജയദ്രഥനെ പുറത്തുകൊണ്ടുവന്നു. അർജുനൻ ജയദ്രഥന്റെ ശിരസറുത്തു. 14-ാം ദിവസം ഭീമന്റെ പുത്രനായ ഘടോൽക്കചൻ വധിക്കപ്പെട്ടു.

ദ്രോണരെ ജയിക്കാൻ ലോകത്തിലാർക്കും സാധ്യമല്ല. ഇതു മനസിലാക്കിയ പാണ്ഡവർ ചതിപ്രയോഗത്തിലൂടെ ദ്രോണരെ നേരിട്ടു. ദ്രോണരുടെ ദൗർബല്യമായിരുന്നു, പുത്രനായ അശ്വത്ഥാമാവ്. പാണ്ഡവർ ഒരാനയ്ക്ക് അശ്വാത്ഥാമാവെന്നു പേരിട്ട് അതിനെ കൊന്നുകളഞ്ഞു. എന്നിട്ട് ഉച്ചത്തിൽ, "അശ്വത്ഥാമാവ് കൊല്ലപ്പെട്ടു" (അശ്വത്ഥാമാഹത) എന്നു വിളിച്ചു പറഞ്ഞു. അശ്വാത്ഥാമാവു കൊല്ലപ്പെട്ടുവെന്ന് ഉച്ചത്തിലും കുഞ്ജഃ (ആന) എന്നു പതുക്കെയുമാണ് പറഞ്ഞത്. ഇതുകേട്ട് ദ്രോണാചാര്യരുടെ ഹൃദയംതകർന്നു. അദ്ദേഹം പുത്രവിയോഗമെന്നു കരുതി ആയുധം താഴെയിട്ട് രഥത്തിലിരുന്നുപോയി. അവസരം പാഴാക്കാതെ ധൃഷ്ടദ്യുമ്നൻ ദ്രോണാചാര്യരെ വധിച്ചു.

ദ്രോണവധാനന്തരം (16-ാം ദിവസം) കർണൻ കൗരവസേനാപതിയായി ചുമതലയേറ്റു. *മഹാഭാരത*ത്തിലെ ഏറ്റവും തിളക്കമാർന്ന വ്യക്തിത്വത്തിന്റെ ഉടമയാണ് കർണൻ. കുന്തീദേവിയുടെ മൂത്തപുത്രനായി പിറന്നിട്ടും അനാഥനായി വളരേണ്ടിവന്ന നിർഭാഗ്യവാനാണ് കർണൻ. 'അംഗരാജ പദവി' നൽകി കർണനെ അംഗീകരിച്ചത് ദുര്യോധനൻ ആകയാൽ കർണൻ ശക്തനായ കൗരവപക്ഷക്കാരനായി. പാണ്ഡവരെ നശിപ്പിക്കു

കയായിരുന്നു കർണന്റെ ലക്ഷ്യം. ദൈവദത്തമായിരുന്ന കവചകുണ്ഡ ലാദികൾ അദ്ദേഹം ദാനം ചെയ്തിരുന്നു. അങ്ങനെ കർണൻ കൗരവ സൈന്യത്തെ നയിക്കുന്നതിനിടയിൽ ദുശ്ശാസനനെയും മറ്റും ഭീമൻ കാല പുരിക്കയച്ചു. ദ്രൗപതിയെ കൗരവസദസിൽ അപമാനിച്ചതിനും വസ്ത്രാ ക്ഷേപം ചെയ്തതിനുമുള്ള പ്രതികാരമായിരുന്നു ഇത്. ദുശ്ശാസനന്റെ മാറിടം പിളർന്ന് കുടൽമാലയെടുത്തണിഞ്ഞ്, സംഹാരരുദ്രനെപ്പോലെ അട്ടഹാസം മുഴക്കിയ ഭീമനെക്കണ്ട് കൃഷ്ണാർജുന്മാർപോലും കിടിലം കൊണ്ടു. ദുശ്ശാസനന്റെ രക്തം കൈക്കുമ്പിളിൽ കോരിയെടുത്ത് പാഞ്ചാ ലിയുടെ മുടിയിൽ ഒഴിച്ചു. 14 സംവത്സരമായി അഴിച്ചിട്ടിരിക്കുന്ന ആ മുടി, തന്നെ അപമാനിച്ച ശത്രുവിന്റെ രക്തത്തിൽ കഴുകിയാണ് വീണ്ടും കെട്ടു ന്നത്. പതിനേഴാം ദിവസം കർണന്റെ രഥചക്രം കുഴിയിൽ താണുപോ യി. ഈ അവസരത്തിൽ അർജുനൻ കർണനെ വധിച്ചു. കർണൻ മരിച്ചതോടെ കൗരവസൈന്യത്തിന്റെ പ്രഭാവമെല്ലാം ചോർന്നു.

കർണന്റെ മരണശേഷം ശല്യർ ആണ് സേനാനായകത്വം ഏറ്റെടു ത്തത്. എന്നാൽ 18-ാം ദിവസംതന്നെ യുധിഷ്ഠിരൻ ശല്യരെ വധിച്ചു. അതിനുശേഷം ശകുനിയെ സഹദേവൻ വധിച്ചു. കൗരവപ്പട തവിടുപൊ ടിയായി. ദുര്യോധനൻ, ഒളിച്ചോടി ഒരു തടാകത്തിൽ മുങ്ങിയൊളിച്ചു. പാണ്ഡവർ ദുര്യോധനനെ തേടിയിറങ്ങി. ഭീമസേനന്റെ കൈകൊണ്ട് ദുര്യോധനൻ മരണപ്പെട്ടു. യുദ്ധനീതിക്കു വിരുദ്ധമായി ഗദായുദ്ധത്തിൽ അരയ്ക്കുതാഴെ അടിച്ചാണ് ഭീമൻ അയാളെ നിലത്തു വീഴ്ത്തിയത്. ശേഷം അതിശക്തമായ അടിയേറ്റ് ദുര്യോധനൻ മരിച്ചു. കൗരവപ്പട ഒടു ങ്ങിയെന്നു വിചാരിച്ചപ്പോഴാണ് അശ്വത്ഥാമാവും കൃപരും മറ്റും ചേർന്ന്

ദ്രോണരെ വധിച്ച ധൃഷ്ടദ്യുമ്നനെ വധിച്ചത്. ഭീമസേനൻ അശ്വത്ഥാമാവിനെ ബന്ധിച്ചു, എന്നാൽ ദ്രോണരോടുള്ള ആദരവുനിമിത്തം അയാളെ കൊല്ലാതെവിട്ടു. ശ്രീകൃഷ്ണൻ അയാളെ ശപിച്ചു: "ശരീരത്തിലെ വ്രണങ്ങൾ പഴുത്ത് നീറി മൂവായിരം സംവത്സരം നീ കഴിയട്ടെ".

മഹാഭാരതം സ്ത്രീപർവത്തിലെ 'ഗന്ധാരീവിലാപം' ശോകമൂർച്ഛയേറിയ ഒരു മുഹൂർത്തമാണ്. ലോകത്തിലെ ഒരു ശക്തിക്കും സാന്ത്വനം നൽകാൻ കഴിയാത്തതായിരുന്നു, ഗാന്ധാരീവിലാപം. ഉഗ്രതപസ്വിനിയായ ഗാന്ധാരി ഉൾക്കണ്ണുതുറന്ന് എല്ലാംകണ്ടു. ഭാരതയുദ്ധാനന്തരം, യുധിഷ്ഠിരൻ രാജാവായി അഭിഷിക്തനായി. കുറെക്കാലം രാജ്യം ഭരിച്ചശേഷം യുധിഷ്ഠിരൻ ലൗകികജീവിതം ഉപേക്ഷിക്കാൻ തീരുമാനിച്ചു. അഭിമന്യൂപുത്രനായ പരീക്ഷിത്തിനെ അനന്തരവകാശിയായി വാഴിച്ചശേഷം സർവസംഗപരിത്യാഗിയായി സഹോദരൻമാരോടും ദ്രൗപദിയോടും കൂടി ആധ്യാത്മിക യാത്ര ആരംഭിച്ചു. മഹാപ്രസ്ഥാനമെന്ന പേരിലാണിത് അറിയപ്പെടുന്നത്. അങ്ങനെ അവർ മഹായാനമാരംഭിച്ചു. എവിടെനിന്നോ വന്ന ഒരു നായ അവരെ പിന്തുടർന്നു. ഹിമാലയം കടന്ന് അവർ യാത്രയായി. കൊടുംശൈത്യവും മഞ്ഞുമേറ്റ് ഓരോരുത്തരായി നിലംപതിച്ചു. ആദ്യം പാഞ്ചാലി, പിന്നെ സഹദേവൻ, നകുലൻ, അർജുനൻ ഒടുവിൽ ഭീമസേനൻ. യുധിഷ്ഠിരൻ തിരിഞ്ഞുനോക്കിയതേ ഇല്ല. യുധിഷ്ഠിരന്റെ മുമ്പിൽ ഇന്ദ്രൻ പ്രത്യക്ഷപ്പെട്ടു. സ്വർഗവിമാനത്തിൽ കയറാൻ ഇന്ദ്രൻ യുധിഷ്ഠിരനോടാവശ്യപ്പെട്ടപ്പോൾ തന്റെ പിന്നാലെ കൂടിയ നായയെക്കൂടി അതിൽ പ്രവേശിപ്പിക്കണമെന്ന് യുധിഷ്ഠിരൻ ശഠിച്ചു. തന്നെ ശരണംപ്രാപിച്ച യാതൊന്നിനെയും ഉപേക്ഷിക്കാൻ പാടില്ലെന്ന ധർമപുത്രരുടെ ശാഠ്യത്തിൽ സംപ്രീതനായി ഇന്ദ്രൻ. ആ ശ്വാനൻ ധർമദേവനല്ലാതെ മറ്റാരുമായിരുന്നില്ല. യുധിഷ്ഠിരനെ പരീക്ഷിക്കുകയായിരുന്നു ധർമദേവൻ. അങ്ങനെ യുധിഷ്ഠിരൻ സ്വർഗസ്ഥനായി എന്നാണ് *മഹാഭാരത*കഥ.

ധർമത്തിന്റെ വിജയവും അധർമത്തിന്റെ പരാജയവുമാണ് *മഹാഭാരത*ത്തിന്റെ ഇതിവൃത്തം. ധർമം വെടിയാതെ ജീവിക്കാൻ മനുഷ്യസമൂഹത്തെ ഉപദേശിക്കുന്ന *മഹാഭാരത*ത്തെ വെല്ലുന്ന ഒരു സാഹിത്യസൃഷ്ടി ലോകത്തിലിന്നോളം രചിക്കപ്പെട്ടിട്ടില്ല. അനന്തമായ പുനർവായനയ്ക്കും പുനരാഖ്യാനങ്ങൾക്കും വിചിന്തനത്തിനും ഇടനൽകുന്ന കൃതിയാണ് *മഹാഭാരതം*. മനുഷ്യജീവിതത്തെയും മനുഷ്യബന്ധങ്ങളെയും സാമൂഹിക-രാഷ്ട്രീയ മൂല്യങ്ങളെയും പ്രതിപാദിക്കുന്ന കൃതിയാണിത്. അപാരമായ ദുഃഖസാഗരമിരമ്പുന്ന ഗാന്ധാരീ ഹൃദയം സൃഷ്ടിക്കുന്ന വികാരവിക്ഷോഭങ്ങൾ *മഹാഭാരത*ത്തെ മഹോന്നതമാക്കുന്നു. സുഖദുഃഖങ്ങളുടെ ക്ഷണികതയും ധർമത്തിന്റെ മഹത്വവുമാണ് *മഹാഭാരതം* നൽകുന്ന സന്ദേശം.

5

രാമായണത്തിലെ അനശ്വര യശസ്വികളായ കഥാപാത്രങ്ങൾ

രാമായണത്തിലെ കഥാപാത്രങ്ങളെല്ലാം തന്നെ പ്രോജ്വലഭാവങ്ങൾ പ്രകാശിപ്പിക്കുന്നവരാണ്. അതുകൊണ്ട് തന്നെയാണ് *രാമായണം* ഒരു വിശ്വോത്തര സാഹിതീയ സൃഷ്ടിയായി അംഗീകരിക്കപ്പെടുന്നത്. ഒരു സാഹിത്യസൃഷ്ടിയെ കാലാതിവർത്തിയാക്കുന്നത് അതിലെ കഥാപാത്രങ്ങളാണ്. യഥാർഥത്തിൽ, സാഹിത്യകൃതിയിലെ ജീവിതദർശനവും കാവ്യമുഹൂർത്തങ്ങളുമെല്ലാം തന്നെ അവതീർണമാവുന്നത് പാത്രസൃഷ്ടിയിലൂടെയാണ്. ശ്രീരാമചന്ദ്രനും സീതയും *രാമായണ*ത്തിലെ മുഖ്യ കഥാപാത്രങ്ങളായിരിക്കെത്തന്നെ, അനന്തമായ വായനയ്ക്ക് ഇടം നൽകുന്ന ഒട്ടേറെ കഥാപാത്രങ്ങൾ *രാമായണ*ത്തിലുണ്ട്. അവർ, കൃതിയെ കടന്ന് സഞ്ചരിക്കുന്നു. വിവാദങ്ങൾക്കും സംവാദങ്ങൾക്കും ഇടംനൽകുമ്പോഴാണ് ഒരു കലാസൃഷ്ടി വിജയിക്കുന്നത്. വിഭിന്ന ആശയങ്ങൾക്ക് ഇടംകൊടുക്കാനുള്ള ആഖ്യാന വിസ്തൃതിയാണ് ഒരു സാഹിത്യകൃതിയുടെ ആന്തരികശക്തിയെ രൂപപ്പെടുത്തുന്നത്. ഏകമുഖമായ പാരായണഘടന ഒരു സാഹിത്യകൃതിയുടെ ആന്തരികഘടനയുടെ ദൗർബല്യത്തെയാണ് അടയാളപ്പെടുന്നത്. അത് സാഹിത്യകൃതിയെ മാത്രമല്ല യാന്ത്രിക സൃഷ്ടിയാക്കുന്നത്, പ്രത്യുത വായനയെയും യാന്ത്രികമാക്കുന്നു. സംവാദങ്ങളെ അടയ്ക്കുന്നു. വിഭിന്നമായ ജീവിത സന്ദർഭങ്ങളിൽനിന്നും ഉയർന്നുവരുന്ന വിഭിന്നമനുഷ്യരുടെ പരസ്പരബന്ധമാണ് സാഹിത്യത്തിന്റെ ഉള്ളടക്കത്തെ നിർണയിക്കുന്നത്. ഈ പരസ്പരബന്ധത്തിൽ ഏറ്റുമുട്ടലുകളും യോജിപ്പുകളുമുണ്ടാവും. ഇതെല്ലാം തന്നെ ആ സാഹിത്യസൃഷ്ടിക്കു ജന്മം നൽകിയ സാമൂഹിക സാഹചര്യങ്ങൾക്കനുസൃതമായിട്ടാണ് രൂപപ്പെടുന്നത്. നിർദിഷ്ട സാമൂഹിക ജീവിതത്തിലെ അധിനിവേശ പ്രത്യയശാസ്ത്രവും ജനകീയ പ്രത്യയശാസ്ത്രങ്ങളും

തമ്മിലുള്ള ഏറ്റുമുട്ടലിന്റെ രൂപത്തിലാണ് ഇത് പ്രതിഫലിപ്പിക്കപ്പെടുന്നത്. സാഹിത്യകൃതിയുടെ സൗന്ദര്യശാസ്ത്രത്തെ രൂപപ്പെടുത്തുന്നതും ഈ പ്രത്യയശാസ്ത്രമാണ്. അതുകൊണ്ട് തന്നെ *രാമായണം*പോലുള്ള കൃതികൾ വിഭിന്ന കാലഘട്ടങ്ങളിൽ വായിക്കപ്പെടുമ്പോൾ പുതിയ വ്യാഖ്യാനങ്ങളും സംവാദങ്ങളുമുണ്ടാവും. കാരണം ഒരു സാഹിത്യകൃതിയിൽ ലീനമായ ജീവിതദർശനങ്ങളെയും സാംസ്കാരിക പശ്ചാത്തലങ്ങളെയും കൂടുതൽ സ്പഷ്ടമായും കൃത്യമായും വായിക്കാൻ കഴിയുന്നത്, കാലം മാറിവരുമ്പോഴാണ്. *രാമായണ*ത്തിലെ സ്ത്രീ കഥാപാത്രങ്ങളെക്കുറിച്ച് കൂടുതൽ ചിന്തിക്കാനും വിലയിരുത്താനും നമുക്കിന്നു കഴിയുന്നു. ഒരു നൂറ്റാണ്ടുമുമ്പ് അത്തരമൊരു ചിന്ത അസാധ്യമായിരുന്നു. ഫെമിനിസ്റ്റ് ആശയങ്ങൾ ലോകത്ത് ഉയർന്നുവന്നതോടു കൂടിയാണ് സ്ത്രീകഥാപാത്രങ്ങളെ ഇങ്ങനെ പുനർവിശകലനം ചെയ്യാനുള്ള സാധ്യത രൂപപ്പെട്ടത്. അതുകൊണ്ട്, *രാമായണം* രചിക്കപ്പെട്ട കാലഘട്ടത്തിൽ, അതിൽ ആരോപിക്കപ്പെട്ട ആശയങ്ങൾക്ക് പരിണാമം സംഭവിക്കുന്നു. *രാമായണ*ത്തിന്റെ മാത്രമല്ല ഏതൊരു സാഹിത്യസൃഷ്ടിയുടെ കാര്യത്തിലും ഇതുതന്നെയാണ് യാഥാർഥ്യം. ഒരു നിശ്ചിത സാഹിത്യ കൃതിയുടെ ഉള്ളടക്കം, പാത്രസ്വഭാവം, ജീവിതമൂല്യങ്ങൾ, സൗന്ദര്യ ദർശനം എന്നിവയെല്ലാം തന്നെ കാലഘട്ടം മാറുന്നതിനനുസൃതമായി പുനർവായനയ്ക്ക് വിധേയമാവുന്നു. അതിനാൽ ഒരു നിശ്ചിത രചനയ്ക്ക് നിശ്ചിതമായ ഒരു പ്രമേയവും നിശ്ചിതമായ സൗന്ദര്യദർശനവും ഉണ്ടായിരിക്കുക എന്നത് അസാധ്യമാവുന്നു. നമ്മുടെ യാഥാസ്ഥിതിക സാഹിത്യ നിരൂപണത്തിനു ദഹിക്കാത്ത ഒരാശയമാണിത്. യാഥാസ്ഥിതിക സാഹിത്യനിരൂപകർ *രാമായണം*പോലുള്ള സാഹിത്യകൃതികളെ ദൈവദത്തമായിട്ടാണ് അവതരിപ്പിക്കുന്നത്. *രാമായണ*ത്തിന്റെ ദൈവികവൽക്കരണം, അതിന്റെ സാഹിതീയ മൂല്യങ്ങളെത്തന്നെ നിഹനിക്കുന്നതാണ്.

വാത്മീകിരാമായണം, തികച്ചും മാനുഷികവും മതനിരപേക്ഷവുമായ സാമൂഹികതലത്തിൽനിന്നും രൂപംകൊണ്ടതാണ്. എന്നാൽ അന്നത്തെ മാനുഷികബോധത്തെ നിർണയിച്ചത്, കൃത്യമായ വർഗ ഘടനയാണുതാനും. എന്തുകൊണ്ടാണ്, ദൈവികവൽക്കരണം ഒരു കൃതിയുടെ സാഹിതീയ മൂല്യങ്ങളെ ചോർത്തിക്കളയുന്നത്? ഇതിനുത്തരം വളരെ ലളിതമാണ്. ദൈവികതയുടെ ആസ്പദം, ആദർശവൽക്കരണമാണ്. നന്മയുടെയും മഹത്വത്തിന്റെയും ആദർശപൂർത്തീകരണമാണ് ദൈവിക സങ്കൽപ്പം. അതിൽ തിന്മയ്ക്കു സ്ഥാനമില്ല. അഥവാ സ്ഥാനമുണ്ടെങ്കിൽ തന്നെ ആ തിന്മയും ദൈവികമഹത്വത്തിന്റെ ഭാഗമെന്ന നിലയിൽ ആദർശവൽക്കരിക്കപ്പെടുന്നു. അങ്ങനെയാണ്, 'ദൈവികമായ ഹിംസാത്മകത'യെ മതവിശ്വാസം ആദർശവൽക്കരിക്കുന്നത്. ദൈവങ്ങളുടെ ഹിംസാത്മകപ്രവൃത്തിയെ ന്യായീകരിക്കുന്നത്, ദൈവത്തെ, 'സംഹാരമൂർത്തി'യെന്നു വിശേഷിപ്പിച്ചുകൊണ്ടാണ്. ഇത്തരത്തിൽ ദൈവികമായ ആദർശവൽക്കരണമുള്ള രചനകളാണ് പുരാണങ്ങളും ദൈവി

കസ്തോത്രങ്ങളും മറ്റും. ഇന്ത്യൻ സാഹിത്യത്തിൽ മാത്രമല്ല വൈദേശിക സാഹിത്യത്തിലും ഇവ സമൃദ്ധമാണ്. പക്ഷേ, അത്തരം 'സാഹിത്യ സൃഷ്ടികൾ' എക്കാലവും ആരാധനാനുഷ്ഠാനങ്ങളുടെ ഭാഗമെന്ന നിലയിൽ പാരായണം ചെയ്യപ്പെട്ടുവെന്നതിൽക്കവിഞ്ഞ് അതിന് പ്രാധാന്യമുണ്ടായിരുന്നില്ല. ഇന്ത്യയിലെ പതിനെട്ടുപുരാണങ്ങൾ, *ഭാഗവതം, നാരായണീയം* തുടങ്ങിയ കൃതികൾ ഇതിന് ഉദാഹരണങ്ങളാണ്. സാഹിത്യസൃഷ്ടികൾ എന്ന നിലയിൽ ഇവയ്ക്ക് ദുർബലമായ സ്ഥാനമാണുള്ളത്. മറിച്ച്, *രാമായണം, മഹാഭാരതം* തുടങ്ങിയ ഇതിഹാസകൃതികൾ നൂറ്റാണ്ടുകളായി ഇന്ത്യൻ സാഹിത്യത്തിലും സർവോപരി ഇന്ത്യൻ മനസിലും നിസ്തുലമായ സ്വാധീനം ചെലുത്തിവരുന്നു. ഇതിന്റെ പ്രധാനകാരണം, മാനുഷികവും സാമൂഹികവുമായ ഉള്ളടക്കമാണ്. രാമൻ, മനുഷ്യനാണ് എന്നതുകൊണ്ടാണ്, സീത, മനുഷ്യസ്ത്രീയാണ് എന്നതുകൊണ്ടാണ് ആളുകൾക്ക് അവരിൽ താൽപ്പര്യമുണ്ടാവുന്നത്. തനിക്കു താൻ പോന്നവരോട് ഒരാൾക്കുണ്ടാവുന്ന അടുപ്പത്തെയാണ് തന്മയീഭാവം എന്നു സൗന്ദര്യശാസ്ത്രജ്ഞർ പറയുന്നത്. ഈ തന്മയീഭാവം ചിലപ്പോൾ ആകർഷണമായും വികർഷണമായും പരിണമിക്കും. തന്റെ ദൗർബല്യങ്ങളും വികാരങ്ങളുമുള്ള കഥാപാത്രങ്ങളോട് നമുക്ക് തോന്നുന്ന അടുപ്പമാണ് ഇതിഹാസങ്ങളെ സാർവജനീനമാക്കുന്നത്. എന്നാൽ അതേ അവസരത്തിൽ തന്നെ, മാനുഷികമായ ദൗർബല്യങ്ങൾ പരിഹരിക്കാനുള്ള സഹജമായ വാസനയും മനുഷ്യരിലുണ്ട്. അതിന്റെ ഭാഗമായി മാനുഷികമായ കഥാപാത്രങ്ങൾക്ക് ദൈവിക പരിവേഷം നൽകാനുള്ള ശ്രമവും നടക്കുന്നു. ഇതിന് മതപരമായ അടിത്തറ കൂടിയുണ്ടാവുമ്പോൾ നിശ്ചിത സാഹിത്യകൃതിയുടെ സ്വഭാവംതന്നെ മാറുന്നു. അങ്ങനെയാണ് ഒരു കാലഘട്ടത്തിൽ, പ്രായേണ മതനിരപേക്ഷവും മാനുഷികവുമായിരുന്ന *രാമായണം* പിൽക്കാലത്ത്, *അധ്യാത്മരാമായണ*മായി രൂപാന്തരപ്പെടുന്നത്. ഹൈന്ദവദർശനത്തിന്റെ അടിസ്ഥാനത്തിൽ *വാൽമീകിരാമായണ*ത്തെ രൂപപ്പെടുത്തുകയായിരുന്നു, *ആധ്യാത്മരാമായണ* കർത്താവായ തുഞ്ചത്ത് രാമാനുജനെഴുത്തച്ഛൻ. വാൽമീകിയുടെ *രാമായണ*ത്തെയും എഴുത്തച്ഛന്റെ *രാമായണ*ത്തെയും വ്യവഛേദിച്ചറിയാൻ കഴിയാത്ത അവസ്ഥ ഇന്നുണ്ട്. ബ്രാഹ്മണ അധികാരം സമൂഹത്തിൽ അടിച്ചേൽപ്പിക്കുന്നതിന്റെ ഭാഗമായിട്ടാണ്, *വാൽമീകിരാമായണം, അധ്യാത്മരാമായണ*മായി പരിവർത്തിക്കപ്പെടുന്നത്. എന്നാൽ ബ്രാഹ്മണ്യവിരുദ്ധ ഭക്തിപ്രസ്ഥാനം ശക്തിപ്പെട്ട സമൂഹങ്ങളിൽ, ഇതേ *വാൽമീകിരാമായണം* തന്നെ ഭക്തിയുടെ ഇതരമാനങ്ങൾക്കു വിധേയമായതിന്റെ ചരിത്രമുണ്ട്. അങ്ങനെയാണ് ശൂദ്രമഹാകവി സരളാദാസൻ ഒറിയ ഭാഷയിൽ *വാൽമീകിരാമായണ*ത്തെ പരിവർത്തിപ്പിക്കുന്നത്. അധഃസ്ഥിത ജനതയുടെ ദൈവവികവും സാമൂഹികവുമായ ദർശനങ്ങൾക്കനുസരിച്ച്, അങ്ങനെ *പുതിയ രാമായണങ്ങൾ* രൂപപ്പെടുകയായിരുന്നു.

അധ:സ്ഥിത സ്ത്രീസമൂഹത്തിന്റെ പ്രതിനിധാനമായ ശൂർപ്പണഖ

ശൂർപ്പം (മുറം) പോലെ നഖമുള്ളവളാണത്രെ, ശൂർപ്പണഖ. രാക്ഷസിയായിട്ടാണ് അവൾ *രാമായണ*ത്തിൽ ചിത്രീകരിക്കപ്പെടുന്നത്. രാമ-രാവണയുദ്ധത്തിനും രാവണന്റെയും ലങ്കയുടെയും നാശത്തിനും നിമിത്തമായത് ശൂർപ്പണഖയാണ്. മന്ഥര, അയോധ്യയിലെ സംഘർഷങ്ങൾക്കു നിമിത്തമായതുപോലെയാണ് ശൂർപ്പണഖ ലങ്കയുടെ തകർച്ചയ്ക്ക് കാരണമായത്. എന്നാൽ ശൂർപ്പണഖയുടെ കാര്യത്തിൽ പ്രധാന വ്യത്യാസമുണ്ട്. വംശീയമായ ഒരു മാനം അതിനുണ്ട്. ആര്യാധിപത്യത്തിനെതിരായ വംശീയ പ്രതിരോധത്തിന്റെ പ്രതിനിധാനമാണ് ശൂർപ്പണഖ. ആര്യേതര ജനവിഭാഗങ്ങളെയെല്ലാം രാക്ഷസന്മാരും വാനരന്മാരുമായിട്ടാണ് *രാമായണ*ത്തിൽ ചിത്രീകരിച്ചിരിക്കുന്നതെന്ന കാഞ്ചഐലയ്യയുടെ അഭിപ്രായം ഇവിടെ പ്രസക്തമാണ്. രാമനെ, അംഗലാവണ്യത്തിന്റെ പുരുഷമാതൃകയെന്ന് വാഴ്ത്തപ്പെട്ട ശ്രീരാമചന്ദ്രനെ, ഇഷ്ടപ്പെട്ടുപോയി എന്ന കുറ്റത്തിനാണ് ശൂർപ്പണഖ അതിക്രൂരമാംവിധം ആക്രമിക്കപ്പെടുകയും അപമാനിതയാകുകയും ചെയ്തത്. മാനുഷികമായ എല്ലാമൂല്യങ്ങളും കാറ്റിൽ പറത്തിയാണ് രാമലക്ഷ്മണന്മാർ ചേർന്ന് അവളെ വിരൂപയാക്കിയത്. ഏകദാമ്പത്യ സങ്കൽപ്പത്തിന്റെ ഇരയാണ് ശൂർപ്പണഖ എന്നുപറയുന്നതാവും കൂടുതൽ ശരി. ബ്രാഹ്മണേതര സ്ത്രീ സമൂഹത്തോടുള്ള ബ്രാഹ്മണ-ക്ഷത്രീയ വിദ്വേഷത്തിന്റെ ഇരയാണ് ശൂർപ്പണഖ. സുന്ദരിയായ ശൂർപ്പണഖയെ രാക്ഷസിയായി ചിത്രീകരിച്ചതുതന്നെ ഈ

വംശീയവിരോധം പ്രകടമാക്കുന്നു. ശൂർപ്പണഖയുടെ ഉടലിന്റെ മനോഹാരിത തന്നെയാവണം ആ പൂവുടൽ വികൃതമാക്കാൻ രാമലക്ഷ്മണാദികളെ പ്രേരിപ്പിച്ചത്. ഇത് വംശീയ മന:ശ്ലാസ്ത്രത്തിന്റെ ഭാഗമാണ്. *രാമായണ*ത്തിലെ പീഢിതയായ ശൂർപ്പണഖ രാമലക്ഷമണാദികളുടെ കൈകൾകൊണ്ട് വധിക്കപ്പെട്ടു എന്ന് ഊഹിക്കുന്നതാവും ശരി. കാരണം മൂക്കും മുലയും അറുത്തുമാറ്റപ്പെട്ട ഒരു സ്ത്രീക്ക് അധികകാലം ജീവിച്ചിരിക്കുക അസാധ്യം. രാവണന്റെ സ്നേഹഭാജനമായ ഇളയപെങ്ങളാണ് ശൂർപ്പണഖ. പുലസ്ത്യനായ വിശ്രവസിന്റെയും കേകസിയുടെയും മക്കളാണ് രാവണൻ, കുംഭകർണൻ, വിഭീഷണൻ, ശൂർപ്പണഖ എന്നിവർ. ശൂർപ്പണഖ ജന്മനാരാക്ഷസരൂപിയായിരുന്നുവെന്ന *രാമായണ* പരാമർശത്തെ, വംശീയ മന:ശാസ്ത്രതലത്തിൽ വേണം പരിശോധിക്കാൻ. സവർണമല്ലാത്ത സ്ത്രീകളുടെ സൗന്ദര്യത്തെ സവർണരുടെ വംശീയ മനസ്സ് ഭയപ്പെടുന്നു. അവരോടുള്ള ആകർഷണം പ്രണയമായും വിവാഹമായും പരിണമിച്ചാൽ അത് തങ്ങളുടെ 'വംശീയ ശുദ്ധി'യെ നശിപ്പിക്കുമെന്ന ഭയമാണ് ശൂർപ്പണഖയെയും മറ്റും ഘോരരൂപികളായി ചിത്രീകരിച്ചതിന്റെ പ്രേരണ. വിദ്യുജ്ജിഹ്വനായിരുന്നു ശൂർപ്പണഖയുടെ ഭർത്താവ്. എന്നാൽ, രാവണൻ വരുണനെതിരായി യുദ്ധം ചെയ്തപ്പോൾ ശൂർപ്പണഖയുടെ ഭർത്താവ് അബദ്ധത്തിൽ കൊല്ലപ്പെടുകയായിരുന്നു. അതിനുശേഷം അവൾ ഖരനോടൊപ്പം ദണ്ഡകാരണ്യത്തിൽ വാണരുളുകയായിരുന്നു. അങ്ങനെയിരിക്കെയാണ് രാമനും സീതയും ലക്ഷ്മണനും വനവാസത്തിനെത്തുന്നത്. അവർ അതിമനോഹരമായ അവരുടെ പർണശാലയിൽ സ്വൈരവിഹാരം നടത്തുമ്പോഴാണ് ശൂർപ്പണഖ അവിടെയെത്തുന്നത്. അവിടെവെച്ചാണവൾ രാമനെ കാണുന്നത്. നെയ്യാമ്പലുകൾ വിടർന്നു നിൽക്കുന്ന കാട്ടുപൊയ്കയുടെ തീരത്ത് നീലത്താമരദളംപോലെ വിടർന്ന കണ്ണുകളുമായി നിൽക്കുന്ന രാമനെകണ്ടപ്പോൾ പ്രണയാതുരയായി. അരുണ രത്നശിലയിൽ കൊത്തിവെച്ച സുന്ദര ശിൽപ്പംപോലെ രാമന്റെ പുരുഷാകാരം ശൂർപ്പണഖയെ കാമമോഹിതയാക്കി. ലങ്കയിലോ വനത്തിലോ താൻ കണ്ടിട്ടില്ലാത്ത, മന്മഥ സമാനനായ രാമനെ കണ്ടവൾ മന്ദഹസിച്ചു. പ്രണയാഭ്യർഥന നടത്തി. ആ സന്ദർഭത്തിൽ വാൽമീകി, ശൂർപ്പണഖയുടെ സൗന്ദര്യത്തെപ്പറ്റി പരാമർശിക്കുന്നുണ്ട്. എന്നാൽ ആ സൗന്ദര്യം മായാസൗന്ദര്യമാണെന്നാണ് വാൽമീകി പക്ഷം. എന്നാൽ ഏക പത്നീവ്രതം സ്വീകരിച്ച രാമൻ, ശൂർപ്പണഖയെ ലക്ഷ്മണന്റെ അടുത്തേക്കയയ്ക്കുന്നു. ദണ്ഡക വനം മുഴുവൻ, അവൾ ലക്ഷ്മണനു സമർപ്പിക്കാൻ തയാറായി. പക്ഷേ, ലക്ഷ്മണനും അവളെ അകറ്റി. കടുത്ത വംശീയ വിദ്വേഷമാണ് രാമലക്ഷ്മണന്മാരെ ശൂർപ്പണഖയെ ആട്ടിയോടിക്കാൻ പ്രേരിപ്പിച്ചത്. അതിലുപരി ഒരു വിധവയുടെ ഉപേക്ഷിക്കപ്പെട്ട പ്രണയത്തിന്റെ രക്തസാക്ഷി കൂടിയായിരുന്നു, ശൂർപ്പണഖ. ശ്രീരാമന്റെ നിർദേശമനുസരിച്ച് ലക്ഷ്മണനാണ്, ശൂർപ്പണഖയെ വെട്ടുന്നത്. രക്താഭിഷിക്തയായി അലറിവിളിച്ചുകൊണ്ട് പ്രാണവേദനയോടെ,

ശൂർപ്പണഖ, നേരെ ചെല്ലുന്നത്, ഖരന്റെ അടുത്തേക്കാണ്. ഖരൻ രാമലക്ഷ്മണന്മാരോട് ഏറ്റുമുട്ടി വധിക്കപ്പെടുകയും ചെയ്തു. അതിനുശേഷമാണവൾ, സഹോദരനായ രാവണന്റെ അടുത്തെത്തുന്നത്. അവിടെവച്ച് ശൂർപ്പണഖ തന്റെ ദുർവിധി സഹോദരനു മുന്നിൽ വിവരിക്കുന്നു. എന്നാൽ അവളുടെ സങ്കടങ്ങൾ വർണിക്കുകമാത്രമല്ലവൾ ചെയ്യുന്നത്. ഒരു രാജാവിന്റെ ധർമം എന്തായിരിക്കണമെന്നതിനെക്കുറിച്ച് രാവണന്റെ ഏഴുനിലമാളികയിൽ നിന്നു ശൂർപ്പണഖ നടത്തുന്ന ഉപദേശം വളരെ രാഷ്ട്രീയപ്രാധാന്യമുള്ള ഒന്നാണ്. കാമഭോഗ തൽപ്പരനായി പ്രജകളെ വിസ്മരിച്ച് വാഴുന്ന രാജാവിനെ ജനങ്ങൾ ചുടലയിലെ തീയെന്നവണ്ണം തിരസ്കരിക്കുമെന്നാണ് ശൂർപ്പണഖ പറയുന്നത്. ഒരു ഭരണാധികാരി ജനങ്ങളുടെ രക്ഷിതാവാണ് എന്ന് ശൂർപ്പണഖ പ്രഖ്യാപിക്കുന്നു. അത്തരമൊരു ഭരണാധികാരി സ്തുതിപാഠകരുടെ ഇരയാവരുത്. ധാർഷ്ട്യവും കോപവും അലസതയും ഭോഗതൽപ്പരതയും ഇല്ലാത്ത വിവേകിയായിരിക്കണം ഭരണാധികാരി. ജനങ്ങളുടെ പരാതി കേൾക്കാൻ അയാൾക്കു സാധിക്കണം. നീതി ബോധത്തിന്റെ ഉൾക്കണ്ണു വിടർന്നവനായിരിക്കണം ഭരണാധികാരി. അത്യന്തം വിവേകബോധം സ്ഫുരിക്കുന്ന വാക്കുകളാണ് ശൂർപ്പണഖയുടേത്. ഘോരരൂപിണിയായ രാക്ഷസി, കാമാർത്തയായ മായാമോഹിനി, നരഭോജിയായ ദുഷ്ട തുടങ്ങിയ വിശേഷണങ്ങളുള്ള ശൂർപ്പണഖയാണ് വളരെ ഉൾക്കാഴ്ചയോടെ രാജനീതിയെക്കുറിച്ച് സംസാരിക്കുന്നത്. ശൂർപ്പണഖയുടെ ഭർത്താവ് വധിക്കപ്പെടുന്നത് അന്നത്തെ രാജനീതിയുടെ ഭാഗമായിട്ടാണ്. യുദ്ധം ചെയ്യുകയെന്നതും യുദ്ധരംഗത്ത് ബന്ധുമിത്രാദികളെ പരിഗണിക്കാതിരിക്കുകയെന്നതും അന്നത്തെ രാജനീതിയുടെ ഭാഗമായിരുന്നു.

രാമലക്ഷ്മണന്മാരോടുള്ള പ്രതികാരമാണ് രാവണനെ യുദ്ധസജ്ജനാക്കാൻ, ശൂർപ്പണഖയെ പ്രേരിപ്പിക്കുന്നത്. ഈ പ്രതികാരത്തിന് നീതിയുടെ തീക്ഷ്ണമായ പിൻബലമുണ്ട്. ഒരു സ്ത്രീ, അതും വിധവ ഒരു വനമധ്യത്തിൽ വെച്ച് അതിക്രൂരമായി ആക്രമിക്കപ്പെട്ടതിനെതിരായ പ്രതികാരമായിരുന്നു. സീതാപഹരണം. എന്നാൽ, സീതയെന്ന അതിസുന്ദരിയായ സ്ത്രീയോടുള്ള അടങ്ങാത്ത അഭിനിവേശമാണ്, സീതാപഹരണത്തിന്റെ പ്രേരണയെന്ന് പൊതുബോധത്തിൽ നിലനിൽക്കുന്നത്. ഇത് തികച്ചും ബാലിശമാണ്. കാരണം, ഒരിക്കൽപ്പോലും നേരിൽ കണ്ടിട്ടില്ലാത്ത ഒരു സ്ത്രീക്കുവേണ്ടി അവൾ എത്ര മനോഹരിയായിരുന്നാൽപ്പോലും രാവണനെപ്പോലുള്ള ഒരു രാജാവ് വനത്തിലേക്ക് പോവുകയെന്നതിന് സാംഗത്യമില്ല. പ്രതികാര ദുർഗയായ ശൂർപ്പണഖയുടെ ഘോരമായ നിലവിളിയാണ് രാവണനെ അത്തരമൊരു സാഹസത്തിന് പ്രേരിപ്പിച്ചത്. *രാമായണം* മുഴുവൻ വായിച്ചുകഴിഞ്ഞാലും വായനക്കാരുടെ ഹൃദയത്തിൽ പ്രകമ്പനം സൃഷ്ടിക്കുന്നതാണ് ശൂർപ്പണഖയുടെ രോദനം. അത് അധഃസ്ഥിത സമൂഹത്തിലെ നിരാലംബയായ ഒരു സ്ത്രീയുടെ അലർച്ചയാണ്. അംഗഭംഗം വന്ന ഒരു സമൂഹത്തിന്റെ നെഞ്ചിലൂടൊഴുകുന്ന രക്തപ്രവാഹമാണത്.

മണ്ഡോദരി

സീതാപഹരണത്തിനുശേഷം ലങ്കയിലെത്തിയ ഹനുമാൻ, മണ്ഡോദരിയെക്കണ്ട് സീതയാണെന്ന് തെറ്റിദ്ധരിക്കുന്നു. അത്രയ്ക്കു മനോമോഹിനിയായിരുന്നു, മണ്ഡോദരി. തന്റെ ഇംഗിതത്തിനു സീത വഴങ്ങുന്നില്ലെന്നുകണ്ടപ്പോൾ അവളെ വധിക്കാനൊരുമ്പെട്ട രാവണനെ തടഞ്ഞു നിർത്തുന്നത് മണ്ഡോദരിയാണ് എന്ന് അനുമാനിക്കാവുന്നതാണ്. സുന്ദരകാണ്ഡം 22-ാം സർഗത്തിലാണ് ഈ ഭാഗം വിവരിക്കുന്നത്. ധാന്യമാലി എന്നാണ് ആ സ്ത്രീയെപ്പറ്റി പരാമർശിച്ചിരിക്കുന്നത്. അവൾ മണ്ഡോദരി തന്നെയാവാനാണ് സാധ്യത. പട്ടമഹിഷിക്കല്ലാതെ രാവണനെ ബലമായി പിടിച്ചു മാറ്റാനും ഭർത്സിക്കാനും ധൈര്യമുണ്ടാവുകയില്ലല്ലോ. രാക്ഷസസ്ത്രീയായി ചിത്രീകരിക്കപ്പെട്ട മണ്ഡോദരി സത്ഗുണ സമ്പന്നയായിട്ടാണ് ചിത്രീകരിക്കപ്പെട്ടിരിക്കുന്നത്. *രാമായണ*ത്തിലെ വീരപുരുഷന്മാരുടെ പത്നിമാരെല്ലാം തങ്ങളുടെ ഭർത്താക്കൻമാ

രുടെ ദുഷ്പ്രവൃത്തികളെ ക്ഷമിച്ചും സഹിച്ചും ജീവിച്ചപ്പോൾ മണ്ഡോദരി ഭർത്താവിനെ കർക്കശമായി ശാസിക്കുകയും ഉപദേശിക്കുകയും ചെയ്യുന്നുണ്ട്. ദുശാസനന്റെ പത്നിയായ മണ്ഡോദരിയും വൈദേഹി സീതയും തമ്മിലുള്ള വ്യത്യാസം ഇതാണ്. അധ:സ്ഥിത ജനവിഭാഗങ്ങളും സവർണ സമൂഹവും തമ്മിലുള്ള ഒരു പ്രധാന വ്യത്യാസം, സ്ത്രീകൾക്ക് പ്രായേണ സ്വാതന്ത്ര്യം അധ:സ്ഥിതരിൽ നിലനിന്നിരുന്നുവെന്നതാണ് ഇതിനർഥം, കീഴാളജനവിഭാഗങ്ങൾക്കിടയിൽ പുരുഷമേധാവിത്വം ഉണ്ടായിരുന്നില്ല എന്നല്ല. പ്രത്യുത, സവർണവിഭാഗങ്ങളുമായി താരതമ്യം ചെയ്യുമ്പോൾ, കീഴാള സ്ത്രീകൾ കുറെക്കൂടി പരിഗണനകൾ കുടുംബത്തിനകത്ത് അനുഭവിച്ചിരുന്നുവെന്നതാണ്. എന്നാൽ കുടുംബത്തിനു പുറത്ത് അവർ, സവർണസ്ത്രീകളെ അപേക്ഷിച്ച് പീഡനത്തിനും ദണ്ഡനത്തിനും വിധേയരായിരുന്നു. രാവണന്റെ കുടുംബത്തിൽ ശൂർപ്പണഖ അനുഭവിച്ച സ്വാതന്ത്ര്യം ശ്രദ്ധേയമാണ്. അസാമാന്യ യോദ്ധാവായ ലങ്കേശ്വരനെ പലകുറി ശൂർപ്പണഖയും മണ്ഡോദരിയും രൂക്ഷമായി ഭർത്സിക്കുന്നുണ്ട്. പുരുഷന്മാരെ ശാസിക്കുകയും തിരുത്തുകയും ചെയ്യേണ്ടത് തങ്ങളുടെ കടമയാണെന്ന് കീഴാള സ്ത്രീകൾ വിശ്വസിച്ചിരുന്നു. ദിതി പുത്രനായ മയന്റെ പുത്രിയാണ് മണ്ഡോദരി. ഹേമയെന്ന അപ്സര സ്ത്രീയിൽ ദിതിക്ക് പിറന്നവളാണ് മണ്ഡോദരി. ഇന്ദ്രജിത്, അക്ഷകുമാരൻ എന്നിവരാണ് മണ്ഡോദരിയുടെ പുത്രന്മാർ. അക്ഷകുമാരനെ ഹനുമാൻ വധിക്കുകയായിരുന്നു. ഇന്ദ്രജിത്ത്, (മേഘനാദൻ) അക്ഷകുമാരൻ എന്നിവരല്ലാതെ മറ്റു പുത്രന്മാർ ദശാനനന് ഇല്ല. രാവണന്റെ അന്ത:പുരത്തിൽ അനേകം സൗന്ദര്യധാമങ്ങൾ ഉണ്ടായിരുന്നു. മണ്ഡോദരിയുടെ അനന്യസാധാരണമായ സാന്നിധ്യം രാവണനെ തെല്ലൊന്നുമല്ല സ്വാധീനിച്ചത്. എന്നാൽ സീതാദേവിയോടുള്ള അളവറ്റ മോഹത്തിനു മുന്നിലാണ് മണ്ഡോദരി പരാജയപ്പെട്ടത്. പക്ഷേ അത് പരാജയമായിരുന്നുവെന്ന് പറഞ്ഞുകൂടാ. സീതയുടെ ഇംഗിതത്തിനു വിരുദ്ധമായി അവളെ സ്പർശിക്കാൻ പോലും തയാറാവാത്ത രാവണന്റെ മനോദാർഢ്യത്തിനു പിറകിൽ മണ്ഡോദരിയുടെ സ്വാധീനശക്തിയുണ്ട്. സീതയെ ബലാൽക്കാരം ചെയ്യാതിരുന്ന രാവണന്റെ പ്രവൃത്തിയിൽ നിന്നുതന്നെ, അയാൾക്ക് സ്ത്രീകളോടുള്ള കാമമോഹിതഭാവന വെളിപ്പെടുന്നു. എന്തുതന്നെയായിരുന്നാലും തീരാത്ത വേദന അവശേഷിപ്പിച്ചാണ് രാവണൻ വിടപറഞ്ഞത്. അതിന്റെ ദു:ഖാഗ്നിയിൽ എരിയുന്ന മണ്ഡോദരിയുമട വിലാപം ഹൃദയഭേദകമാണ്.

ഹനുമാൻ

*രാമായണ*ത്തിലെയും *മഹാഭാരതത്തി*ലെയും കഥാപാത്രമാണ് ചിരഞ്ജീവിയായ ഹനുമാൻ. സുമേരു പർവതത്തിലെ രാജാവായ കേസരിയുടെ ഭാര്യയായ അഞ്ജനയിൽ വായുഭഗവാനുണ്ടായ പുത്രനത്രെ, ഹനുമാൻ. ഒരുദിവസം ഹനുമാനെ വീട്ടിൽ കിടത്തി അഞ്ജന പുറത്തു

പോയി. ആ സമയം വിശപ്പു സഹിക്കാൻകഴിയാതെ അയാൾ നിലവിളിക്കാൻ തുടങ്ങി. അപ്പോഴാണ് ആകാശത്ത് ചുവന്നുതുടുത്ത ഒരു വലിയ ഫലം കുട്ടി കാണുന്നത്. സൂര്യനായിരുന്നു, അത്. ഫലമാണെന്നു വിചാരിച്ച്, സൂര്യനുനേരെ ചാടി ഹനുമാൻ. ബുദ്ധിശാലിയും ധീരനും ആരോഗ്യ ദൃഢഗാത്രനും വാഗ്വൈഭവം കൊണ്ടനുഗൃഹീതനും ആയിട്ടാണ് വാൽമീകി ഹനുമാനെ അവതരിപ്പിക്കുന്നത്. മഹാവികൃതിയും പരാക്രമിയും എടുത്തുചാട്ടക്കാരനും കൂടിയാണ് ഹനുമാൻ. എങ്കിലും സീതാരാമന്മാരോടുള്ള അഗാധവും തീവ്രവുമായ ഭക്തിവിശേഷത്തെയാണ് വാൽമീകി പ്രധാനമായി കണ്ടത്. യഥാർഥത്തിൽ ഹനുമാനേക്കാൾ ശക്തനായി ഒരു കഥാപാത്രവും *രാമായണ*ത്തിലില്ല. യാതൊരായുധത്തിന്റെയും സഹായം വേണ്ട, ഹനുമാന് ശത്രുവിജയം നേടാൻ. ഹനുമാന്റെ ആരോഗ്യചിത്രം അതിവിദഗ്ധമായി വാൽമീകി ആവിഷ്കരിക്കുന്നുണ്ട്. സുന്ദരകാണ്ഡം, ഒന്നാം സർഗത്തിലാണ് ഹനുമാന്റെ വിശ്വരൂപം നാം കാണുന്നത്. കടൽ ചാടി ലങ്കയിലെത്താൻ ഒരുമ്പെടുന്ന ഭാഗമാണത്. ഒരൊറ്റചാട്ടത്തിനാണ് ഹനുമാൻ നൂറുയോജന കടക്കുന്നത്. ലങ്കയിലെത്തിയ സമർഥനായ ഹനുമാൻ കാവൽക്കാരെയും സൈനികരെയും കബളിപ്പിച്ച് കൊട്ടാരത്തിലെങ്ങും സീതയെ തിരഞ്ഞു. ലങ്കയിലെ നയനാഭിരാമമായ ഉദ്യാനങ്ങൾ, രമ്യഹർമ്യങ്ങൾ, രാജവീഥികൾ തുടങ്ങിയവയെല്ലാം ഹനുമാൻ ചുറ്റിക്കാണുന്നു. മാത്രമല്ല, രാവണന്റെ അന്തഃപുരത്തിലും കടന്നുചെല്ലുന്നു. ആയിരക്കണക്കിനു സുന്ദരിമാർക്കിടയിൽ സീതയെ തിരയുന്നു. അവസാനം അശോകവനിയിൽ ശിംശിപാവൃക്ഷ

ത്തിന്റെ ചുവട്ടിൽ സീതയെക്കണ്ടെത്തി. ശിംശിപാവൃക്ഷത്തിന്റെ ഇല മൂടിയ ശാഖകൾക്കിടയിൽ മറഞ്ഞിരിക്കുകയാണ്, ശ്രീ ഹനുമാൻ. ജ്വലിക്കുന്ന തങ്കംപോലെയുള്ള മിഴികളുള്ളവനും വിടർന്ന അശോകവൃക്ഷത്തിന്റെ പൂങ്കുലകൾപോലെ ശരീരകാന്തിയുള്ളവനുമായ ഹനുമാനെ സീതകാണുകയാണ്. എന്നാൽ അവൾ കരുതിയത് അതുവല്ല മായാവികളുമാണെന്നാണ്. പവിഴം പോലെ മനോഹരമായ മുഖമുള്ള ഹനുമാൻ തന്റെ സന്ദർശനോദ്ദേശ്യം സീതയെ ധരിപ്പിക്കുന്നു. അവൻ രാമലക്ഷ്മണന്മാരുടെ കഥകൾ വിവരിച്ചു. അവസാനം സീതയിൽ വിശ്വാസം ഉറപ്പിക്കാൻ വേണ്ടി മുദ്രമോതിരം സീതയ്ക്കു നൽകുന്നു. സീത ജടവല്ലി എന്ന ദിവ്യാഭരണം ഹനുമാനു നൽകുന്നു. തിരിച്ചുപോകുന്നതിനിടയിൽ ഹനുമാൻ രാവണാദികളോടേറ്റുമുട്ടുന്നതും ലങ്കാദഹനം നടത്തുന്നതും *രാമായണ*ത്തിലെ അതിപ്രധാനമായ ഭാഗങ്ങളാണ്. അധഃസ്ഥിത ജനങ്ങൾ ഉപരിവർഗത്തോട് ഏതു രീതിയിൽ വിശ്വസ്തത പുലർത്തണമെന്നുള്ളതിന്റെ വംശീയമായ സങ്കൽപ്പത്തിന്റെ മിത്തിക്കൽ പ്രതിഫലനമാണ് ഹനുമാൻ. ഒരു കഥാപാത്രമെന്നതിൽ കവിഞ്ഞ മിത്താണ് ഹനുമാൻ. എന്നുവെച്ചാൽ ഹനുമാനിൽ അന്തർഭവിച്ചിരിക്കുന്നത് ഒരു സമൂഹത്തിന്റെ വിശ്വാസങ്ങളും അബോധ ധാരണകളുമാണ്. കീഴാളരായ ജനങ്ങളെല്ലാം തങ്ങൾക്കുവേണ്ടി ജീവിക്കേണ്ടവരാണെന്നും തങ്ങളുടെ ലക്ഷ്യസാക്ഷാൽക്കാരത്തിനായി ആത്മസമർപ്പണം ചെയ്യേണ്ടവരാണെന്നുമുള്ള സവർണ സമൂഹത്തിന്റെ അഭിലാഷ പൂർത്തീകരണത്തിന്റെ മിത്താണ് ഹനുമാൻ. ഹനുമാനില്ലായിരുന്നെങ്കിൽ രാവണനിഗ്രഹം നടക്കുമായിരുന്നില്ല. സീതാദേവിയെ കണ്ടെത്താൻ കഴിയുമായിരുന്നില്ല. ഇന്ദ്രജിത്തിന്റെ ബ്രഹ്മാസ്ത്ര പ്രയോഗമേറ്റ് രാമലക്ഷ്മണന്മാരുൾപ്പെടെയുള്ളവർ മോഹാലസ്യപ്പെട്ടപ്പോൾ അതിനെ അതിജീവിച്ചത് ഹനുമാൻ മാത്രമാണ്. ജാംബവാൻ വീണു പോയിരുന്നു. അവിടെനിന്ന് ജാംബവാൻ പറഞ്ഞതിതാണ്: “ഹനുമാൻ മരിച്ചിട്ടില്ലെങ്കിൽ നമ്മൾ പരാജയപ്പെടുകയില്ല അല്ലെങ്കിൽ യാതൊന്നും പ്രതീക്ഷിക്കേണ്ടതില്ല.” ഇന്ദ്രജിത്തിന്റെ ആക്രമണത്തിൽ വധിക്കപ്പെട്ട സൈനികരെ ഋഷഭ പർവതത്തിലെ മൃതസഞ്ജീവിനി ഉപയോഗിച്ച് ജീവിപ്പിച്ചത് ഹനുമാനാണ്. ഔഷധത്തിനുവേണ്ടി ഋഷഭപർവതം തന്നെ ഇളക്കിയെടുത്ത് വായുവേഗത്തിൽ വരുന്ന ഹനുമാനെ അതിശയിക്കുന്ന ഒരു കഥാപാത്രം ഇന്ത്യൻ സാഹിത്യത്തിലെന്നല്ല ലോകസാഹിത്യത്തിൽ തന്നെ ഇല്ലെന്നു പറയാം. രാവണനിഗ്രഹ വാർത്തകേട്ട് ഹർഷപുളകിതയായ സീതാദേവി ഹനുമാനെ വാഴ്ത്തുന്നതിങ്ങനെയാണ്:

“അതിലക്ഷണ സമ്പന്നം
മാധുര്യഗുണ ഭൂഷിതം
ബുദ്ധ്യാ ഹൃഷ്ടാംഗയായുക്തം
ത്വമേവാർഹസി ഭാഷിതം.”

രാമനാണ് രാവണനെ നിഗ്രഹിക്കേണ്ടത് എന്നതുകൊണ്ടാണ് ഹനുമാൻ രാവണനോടെതിരിടാതിരുന്നത്. അതുകൊണ്ടുമാത്രമാണ് രാമസൈന്യം രാവണനോടേറ്റുമുട്ടിയത്. യഥാർഥത്തിൽ ലങ്കാപുരിയെതന്നെ ഇളക്കിയെടുത്ത് ഒറ്റക്കൈകൊണ്ട് കടലിൽ മുക്കിക്കളയാവുന്നതേ ഉള്ളൂ ഹനുമാന്. യഥാർഥത്തിൽ ഹനുമാനുള്ള ശക്തി ഹനുമാനുതന്നെ അറിയില്ല. തനിക്കുള്ള ശക്തിയുടെ ചെറിയൊരംശത്തെക്കുറിച്ചു മാത്രമേ ഹനുമാനറിയുകയുള്ളൂ. കായികശക്തി മാത്രമല്ല, ജീവിതാവബോധവും ധീരതയും ഭാഷണവൈഭവവുമെല്ലാം ഹനുമാനെ അനശ്വര യശസ്വിയാക്കുന്നു.

വിഭീഷണൻ

*രാമായണ*ത്തിലെ ഏറ്റവും തിളക്കമാർന്ന കഥാപാത്രങ്ങളിലൊന്നാണ് വിഭീഷണൻ. രാവണസഹോദരനായ വിഭീഷണന്റെ അന്തർഭാവം ജ്യേഷ്ഠനിൽനിന്നും തീർത്തും വിരുദ്ധമാണ്. ഹനുമാനെ പോലെതന്നെ ചിരഞ്ജീവിയായിട്ടാണ് വിഭീഷണനും അറിയപ്പെടുന്നത്. ഏറെ തെറ്റിദ്ധരിക്കപ്പെട്ട മനുഷ്യനാണ് വിഭീഷണൻ. സീതാപഹരണപ്രവൃത്തിയെ അതിനിശിതമായി എതിർത്ത വിഭീഷണൻ അവളെ രാമനു തിരിച്ചുകൊടുക്കാൻ രാവണനോടുപദേശിക്കുണ്ട്. ധർമമാർഗത്തിൽ കൂടി ജീവിതം നയിക്കാൻ രാവണനോടഭ്യർഥിക്കുന്നുണ്ട് വിഭീഷണൻ. വിഭീഷണനെ കൂടാതെ മറ്റൊരു സഹോദരൻ കൂടിയുണ്ട്, രാവണന്. അയാളാണ് കുംഭകർണൻ. ഒരേയൊരു സഹോദരി ശൂർപ്പണഖയും. ആറുമാസം നിദ്രയും ആറുമാസം ഭൗതികലീലകളുമാണ് കുംഭകർണന്റെ രീതി. കുംഭകർണന്റെ പത്നിയാണ് വജ്രജ്വാല. വിഭീഷണന്റെ പത്നിയാണ് സരമ. ആയോധന പാടവത്തിൽ അത്ര മികവൊന്നും വിഭീഷണനില്ല. പക്ഷേ ധർമിഷ്ഠനാണദ്ദേഹം. രാവണൻ ഹനുമാനെ വധിക്കാൻ ആജ്ഞാപിച്ചപ്പോൾ അതിൽനിന്നും ജ്യേഷ്ഠനെ പിന്തിരിപ്പിച്ചത്, വിഭീഷണനാണ്. വിഭീഷണന്റെ ഉപദേശം ഇതായിരുന്നു:

"ഹേ രാക്ഷസ രാജാവേ, ക്ഷമിച്ചാലും. വിദ്വേഷം ഉപേക്ഷിക്കുക. പ്രസന്നനാകുക. ഒരു രാജാവ് അന്യരാജന്റെ ദൂതനെ ഒരിക്കലും വധിക്കാൻ പാടുള്ളതല്ല." ഈ ഉപദേശമാണ് രാവണനെ പിന്തിരിപ്പിച്ചത്. പക്ഷേ, ദുർവൃത്തനായ രാവണനുമായി പിണങ്ങിപ്പോയ വിഭീഷണൻ രാമസൈന്യത്തിൽ ചേരുകയായിരുന്നു. രാവണന്റെ അനീതികളെ വിഭീഷണൻ എതിർത്തതു ശരി. എന്നാൽ സ്വന്തം നാടിനെതിരായിട്ടാണ് രാമലക്ഷ്മണന്മാർ യുദ്ധം ചെയ്യുന്നത്. ലങ്കാദഹനത്തിൽ തന്നെ നിരവധി നിരപരാധികൾ കൊല്ലപ്പെട്ടിട്ടുണ്ട്. സ്വന്തം രാജ്യത്തിനെതിരായി യുദ്ധം ചെയ്യുന്നവരുടെ പക്ഷം ചേരുകയെന്ന രാജ്യദ്രോഹനടപടിയാണ് വിഭീഷണൻ ചെയ്തത്. ഇത് ന്യായീകരിക്കത്തക്കതല്ല. വിഭീഷണനു വേണമെങ്കിൽ യുദ്ധത്തിൽനിന്ന് ഒഴിഞ്ഞുനിൽക്കാമായിരുന്നു. ലങ്കയുടെ

സൈന്യത്തിന്റെ ശക്തി ദൗർബല്യങ്ങൾ ശരിക്കറിയുന്ന വിഭീഷണൻ അതെല്ലാം ശത്രുപക്ഷത്തിന് വെളിപ്പെടുത്തിക്കൊടുക്കുകയായിരുന്നു. സീതാപഹരണത്തിനെതിരായി നടക്കുന്ന ധർമയുദ്ധമാണ് രാമരാവണ യുദ്ധമെന്നും, ധർമയുദ്ധത്തിൽ നിഷ്പക്ഷത പാലിക്കുന്നത് തെറ്റാണെന്നും ഒരു വാദമുണ്ട്. എന്നാൽ രാവണൻ ചെയ്തത് അനീതിയാണെങ്കിൽ ശൂർപ്പണഖയോട് രാമലക്ഷ്മണന്മാർ ചെയ്തത് അതിലും വലിയ അനീതിയും അധർമവുമാണ്. നിരായുധയായ ഒരു സ്ത്രീയെ വെട്ടിപ്പരിക്കേൽപ്പിക്കുകയും വിരൂപയാക്കുകയും ചെയ്ത രാമനോട് യുദ്ധം ചെയ്തതിനുശേഷമാണ് രാവണനെതിരെ രാമപക്ഷം ചേരുന്നതെങ്കിൽ വിഭീഷണൻ ചെയ്തത് ശരിയാകുമായിരുന്നു. അത് ചെയ്യാത്തിടത്തോളം അനീതിക്കെതിരായ വിഭീഷണന്റെ നിലപാടിൽ ആത്മാർഥതയില്ല. ശൂർപ്പണഖയെ അപമാനിച്ച രാമലക്ഷ്മണാദികളുടെ പ്രവൃത്തി യാതൊന്നുകൊണ്ടും ന്യായീകരിക്കത്തക്കതല്ല. അത്തരമൊരു പ്രവൃത്തി വിഭീഷണനെ അലട്ടിയതായും കാണുന്നില്ല. സീതയെ അപഹരിച്ച പ്രവൃത്തി അധർമം തന്നെ. ആ അധർമത്തിനെതിരായ നിലപാടാണ് വിഭീഷണനെ രാമപക്ഷം ചേരാൻ പ്രേരിപ്പിച്ചതെന്ന വാദമുണ്ട്. ഇതു തെറ്റാണ്. ഒന്നാമത്, രാവണൻ അനീതി ചെയ്തതുകൊണ്ടാണ് വിഭീഷണൻ രാമപക്ഷം ചേർന്നതെന്നു പറയാൻ കഴിയില്ല. മറിച്ച്, രാമനോടുള്ള ഭക്തിയാണ് രാവണനെതിരെ തിരിയാൻ വിഭീഷണനെ പ്രേരിപ്പിച്ചത്. രാവണൻ അനീതി ചെയ്തതിനാൽ രാവണനെതിരെ യുദ്ധം ചെയ്യുന്നതിൽ തെറ്റില്ല. എന്നാൽ രാമനോടുള്ള അതിരുകടന്ന ഭക്തിയുടെ അടിസ്ഥാനമെന്താണ്? രാവണൻ, തന്റെ സഹോദരിയെ ആക്രമിച്ച രാമന്റെ പത്നിയെ പിടിച്ചുകൊണ്ടുവന്നുവെന്നതും അവളെ തടവിൽ പാർപ്പിച്ച്, പ്രാപിക്കാൻ ശ്രമിച്ചുവെന്നതും അനീതിതന്നെ. എങ്കിൽ അതിലും വലിയ അനീതിയാണല്ലോ, രാമൻ ശൂർപ്പണഖയോട് ചെയ്തത്. ശൂർപ്പണഖയോട് മാത്രമല്ല, താടകയെന്ന രാക്ഷസസ്ത്രീയോട് ചെയ്ത രാമന്റെ പ്രവൃത്തിയും നീചം തന്നെയായിരുന്നു.

ഗംഗയുടെ കൈവഴിയായി ഒഴുകുന്ന സരയൂനദി (ഈ നദിയിലാണ് രാമൻ പിന്നീട് ആത്മഹനനം ചെയ്യുന്നത്)യ്ക്കടുത്തുള്ള വനമായിരുന്നു, താടകയുടെ സാമ്രാജ്യം. സുന്ദനായിരുന്നു താടകയുടെ ഭർത്താവ്. താടകയുടെ പുത്രനായിരുന്നു, മാരീചൻ. താടകയും അഗസ്ത്യമഹർഷിയും തമ്മിലുള്ള വൈരമാണ് പ്രശ്നങ്ങളുടെയെല്ലാം തുടക്കം. വനാന്തരങ്ങളിൽ സൈ്വരവിഹാരം നടത്തുന്ന താടകയുടെ പുത്രനായ മാരീചനെ അഗസ്ത്യമുനി ശപിച്ച് രാക്ഷസനാക്കുന്നുണ്ട്. ഇതിനു പ്രതികാരമായി, സുന്ദൻ അഗസ്ത്യന്റെ ആശ്രമത്തെ ആക്രമിക്കുന്നു. അഗസ്ത്യമഹർഷി സുന്ദനെ വധിക്കുന്നു. ധീരയും ശക്തിയുള്ളവളുമായ താടക അഗസ്ത്യമുനിക്കെതിരെ ആക്രമണം തുടർന്നു. തന്റെ മകനെ രാക്ഷസനാക്കുകയും ഭർത്താവിനെ നിഷ്ഠൂരമായി വധിക്കുകയും ചെയ്ത അഗ

സ്ത്യമുനിക്കെതിരെ താടക ആക്രമണം നടത്തിയതിൽ എന്താണ് തെറ്റ്. എന്നാൽ, രാമനെക്കൊണ്ട് വിശ്വാമിത്ര മഹർഷി പിന്നീട് താടകയെ കൊല്ലിക്കുകയായിരുന്നു. മാംസഭക്ഷണം കഴിച്ചിരുന്ന അധ:സ്ഥിത ജനതയുടെ പ്രതീകമാണ് താടക. അവർ ഒരു കാലത്ത് ഉയർന്ന സാമൂഹികപദവി ഉള്ളവരായിരിക്കണം. മാരീചനെയും മറ്റും 'രാക്ഷസരാക്കി' എന്ന *രാമായണ*ത്തിലെ പരാമർശനത്തിന്റെ അർഥം, അവരെ കീഴ്ജാതിക്കാരാക്കിയെന്നാണ്. അഗസ്ത്യമുനിയും മറ്റും നടത്തിയിരുന്ന യാഗങ്ങളെയും മറ്റും എതിർത്ത സമൂഹങ്ങളെ കീഴ്ജാതിക്കാരാക്കി അധ:പതിപ്പിക്കുകയെന്ന സവർണാധിപത്യത്തിന്റെ ഭാഗമായിരുന്നു. സവർണ സംസ്കാരത്തെ എതിർക്കുന്നവരെ കീഴ്ജാതിക്കാരായി പ്രഖ്യാപിച്ച് അവരെ അസ്പൃശ്യരാക്കുകയെന്ന സവർണരുടെ പ്രവൃത്തിയുടെ ഭാഗമാണ്, 'രാക്ഷസവൽക്കരണം' എന്നത്. 'സംസ്കൃതവൽക്കരണ'ത്തിനു നേരെ വിരുദ്ധമായ പ്രവൃത്തിയാണിത്. മാംസം കഴിച്ചിരുന്ന ബ്രാഹ്മണ -ക്ഷത്രിയേതര ജനവിഭാഗങ്ങൾ കാടുകളിലാണ് കൂടുതലായും ജീവിച്ചിരുന്നത്. എന്നാൽ കന്നുകാലികളുടെ മാംസം കഴിച്ചിരുന്ന ഇവരെ ഗോബ്രാഹ്മണർ ശക്തിയായെതിർത്തു. ഗോബ്രാഹ്മണനായ വിശ്വാമിത്രൻ താടകയെ വധിക്കാൻ രാമനോടാജ്ഞാപിക്കുന്നതിന്റെ വംശീയമനശ്ശാസ്ത്രമിതാണ്. സ്ത്രീവധം ചെയ്യുന്നതിനേക്കാൾ ഗോവധം ചെയ്യുന്നതാണ് പാപം എന്നു കരുതിയ ഒരു ജാതീയ (സവർണ) സമൂഹത്തിന്റെ ക്രൂരമായ പ്രവൃത്തിയുടെ ഉപകരണമായിരുന്നു രാമൻ. ബ്രാഹ്മണർ തങ്ങളുടെ ജാതീയവും സാമൂഹികവുമായ ആധിപത്യം നടപ്പാക്കുന്നത് ഇത്തരം മനുഷ്യത്വഹീനമായ പ്രവൃത്തികളിലൂടെയാണെന്നത് ചരിത്ര യാഥാർഥ്യമാണ്. അതിനവരെ സഹായിച്ചത് ക്ഷത്രിയരായിരുന്നു. സ്ത്രീഹത്യയെ ന്യായീകരിച്ചുകൊണ്ടാണ് വിശ്വാമിത്രൻ, താടകയെ വധിക്കാൻ രാമനോട് ആവശ്യപ്പെടുന്നത്. യാതൊരു സങ്കോചവുമില്ലാതെ രാമൻ ആ ക്രൂരകൃത്യം ചെയ്തു. താടകയെ വധിക്കുക മാത്രമല്ല, അവളുടെ മകനായ മാരീചനെ അമ്പെയ്ത് മുറിവേൽപ്പിക്കുകയും ചെയ്തു രാമൻ. എന്നിട്ടും അരിശം തീരാതെ രാമൻ മാരീചന്റെ സുഹൃത്തായ സുബാഹുവിനേയും മറ്റു രാക്ഷസന്മാരെയും വധിച്ചു. ഈ വംശീയഹത്യയെല്ലാം രാമൻ ചെയ്തത് വിശ്വാമിത്രമഹർഷിയോടും അയാൾ പ്രതിനിധാനം ചെയ്ത ബ്രാഹ്മണ സംസ്കാരത്തോടുമുള്ള വർഗപരമായകൂറുകൊണ്ടാണ്. ഇത്തരത്തിലുള്ള നരഹത്യകൾ ചെയ്ത രാമനോട് വിഭീഷണന് ഭക്തിതോന്നിയത് അന്നത്തെ ഇന്ത്യൻ സമൂഹത്തിലെ അധീശ ശക്തിക്കു കീഴ്പ്പെടുന്നതിന്റെ ഭാഗമായിരുന്നു. ആ അധീശശക്തിക്കു കീഴ്പ്പെടാതെ അവസാനംവരെ പൊരുതിയ രാവണാദികളെ ദുർബലപ്പെടുത്തുകയായിരുന്നു, വിഭീഷണൻ.

രാവണൻ

ലോക ഇതിഹാസങ്ങളിൽ വെച്ചേറ്റവും ഹീനനും ക്രൂരനുമായി ചിത്രീകരിക്കപ്പെട്ട കഥാപാത്രമേതാണെന്നു ചോദിച്ചാൽ അതിനൊരൊറ്റ ഉത്തരമേയുള്ളൂ; രാവണൻ.

ലങ്കേശ്വരനാണ് രാവണൻ എന്ന ദശാനനൻ. പത്തു ശിരസും ഇരുപതു കൈകളുമുള്ള രാക്ഷസരാജനാണ് രാവണൻ. ശ്രീ പരമേശ്വരന്റെ കടുത്ത ഭക്തനായ രാവണന്റെ പിതാവ്, വിശ്രവസ് ആണ്. അമ്മ കേകസിയും. കുംഭകർണ്ണൻ, ശൂർപ്പണഖ, വിഭീഷണൻ എന്നിവരാണ് രാവണന്റെ സഹോദരങ്ങൾ. കടുത്ത ശിവഭക്തനായിരുന്നു, രാവണൻ. പക്ഷേ, അതിനർഥം രാവണൻ ബ്രാഹ്മണ്യസംസ്കാരത്തിന്റെ പ്രതിനിധിയായിരുന്നുവെന്നല്ല. ഗോത്രപരമായും ദേശപര (പ്രാചീന)മായും വിഭിന്നത നിലനിർത്തിയ സംസ്കാരത്തിന്റെ പ്രതിനിധിയായിരുന്നു, രാവണൻ. രാമൻ പ്രതിനിധാനം ചെയ്ത സംസ്കാരത്തെയും രാമനെയും ഒട്ടും വകവെക്കാത്ത ആളായിരുന്നു, രാവണൻ. അതുതന്നെയായിരുന്നു, രാവണന്റെ വധത്തിനുകാരണവും. എന്നാൽ *വാൽമീകിരാമായണ*ത്തിൽ ഏറ്റവും ഹീനനും ക്രൂരനുമായി ചിത്രീകരിക്കപ്പെട്ട വ്യക്തി രാവണനാണ്. എന്തുകൊണ്ടിങ്ങനെ സംഭവിച്ചുവെന്ന ചോദ്യത്തിനുത്തരം ലളിതമാണ്. ഇന്ത്യയിലെ ബ്രാഹ്മണ-ക്ഷത്രിയ സംസ്കാരത്തിന്റെ പ്രതിനിധിയായ രാമന്റെ അപദാനമാണ് *രാമായണം*. രാമനെ മഹത്വവൽക്കരിക്കാൻ വേണ്ടി രചിക്കപ്പെട്ട കൃതിയാണ് *രാമായണം*. രാമനെ മഹത്വവൽക്കരിക്കയെന്നാൽ ബ്രാഹ്മണ-ക്ഷത്രിയ (സവർണ) സംസ്കാരത്തെ മഹത്വവൽക്കരിക്കുകയെന്നർഥം. അത്തരത്തിലൊരു മഹത്വവൽക്കരണം നടത്തണമെങ്കിൽ ഒരു ഹീനവൽക്കരണം അനിവാര്യമാണ്. ഒരു മഹാനായ ആദർശവാദിയെ ചിത്രീകരിക്കണമെങ്കിൽ ആ ആദർശവാദിക്കുചേർന്ന ഹീനൻ ഉണ്ടായിരിക്കണം. ആ ഹീനനെ ആദർശവാദി പരാജയ

പ്പെടുത്തണം. അതിന് തക്കതായ കാരണം വേണം. ഇതാണ് *രാമായണ*ത്തിന്റെ ഇതിവൃത്തത്തെ നിർണയിച്ചത്. ഒരു നായകനും ഒരു പ്രതിനായകനും. ഇത്തരത്തിൽ നായകനെ മഹത്വവൽക്കരിക്കുകയും പ്രതിനായകനെ ഹീനവൽക്കരിക്കുകയും ചെയ്യുമ്പോൾ, അതിനുപോൽബലകമായി പലകാര്യങ്ങളും ഇതിഹാസ കർത്താക്കൾക്ക് അവതരിപ്പിക്കേണ്ടിവരും. ഇങ്ങനെ അവതരിപ്പിക്കുന്ന കാര്യങ്ങളിൽ ലീനമായ വൈരുധ്യങ്ങളാണ് ആ സാഹിത്യകൃതികളെ സംവാദത്തിനും വിവാദത്തിനും വിധേയമാക്കുന്നത്. ധർമവും അധർമവും തമ്മിലുള്ള സംഘട്ടനമാണ് *രാമായണ*ത്തിന്റെ പ്രതിപാദ്യ വിഷയം എന്നു പറയുന്ന യാഥാസ്ഥിതിക സാഹിത്യ നിരൂപകരെ സങ്കടപ്പെടുത്തുന്നതാണ്. നിർദിഷ്ട സാഹിത്യ കൃതിയിൽ അവതരിപ്പിക്കപ്പെടുന്ന സംഭവങ്ങളിലെ വൈരുധ്യങ്ങൾ.

ആ വൈരുധ്യങ്ങളിൽ ഏറ്റവും പ്രസക്തമായത്, രാമന്റെയും രാവണന്റെയും പ്രവൃത്തികൾ തമ്മിലുള്ളഅന്തരമാണ്. ഏറ്റവും ആദർശാത്മകതയുടെ പ്രതീകമായിട്ടാണ് രാമൻ അവതരിക്കപ്പെടുന്നത്. എന്നാൽ ആദർശവൽക്കരിക്കപ്പെട്ട രാമന്റെ പ്രവൃത്തികളിൽ പലതും ഏറ്റവും രാക്ഷസീയ പ്രവൃത്തികളായിരുന്നു. അതിൽ പ്രധാനപ്പെട്ടതാണ് മുമ്പ് പരാമർശിച്ച ശൂർപ്പണഖയ്ക്കെതിരായ ആക്രമണവും താടകയടക്കമുള്ള 'രാക്ഷസവംശ'ത്തെ ഉന്മൂലനം ചെയ്തതും ശംബുകൻ എന്ന ശൂദ്രന്റെ ശിരസ്സ് അറുത്തെടുത്തതും ഭാര്യയായ സീതയ്ക്കെതിരായി ചെയ്ത അനീതികളും. ഇത്തരത്തിലുള്ള അനീതികൾ ചെയ്ത രാമൻ ആദർശവൽക്കരിക്കപ്പെടാൻ കാരണമാവട്ടെ ഇന്ത്യൻ സമൂഹത്തിൽ നിലനിന്ന ബ്രാഹ്മണാധിപത്യവും. ചാതുർവർണ്യ വ്യവസ്ഥയിലധിഷ്ഠിതമായ ഇന്ത്യൻ സാമൂഹിക ജീവിതത്തിന്റെ സാംസ്കാരിക പ്രതിഫലനമാണ് *രാമായണം*. ഇന്ത്യ എന്ന ഒരു ദേശീയ സങ്കൽപ്പം രാമായണകാലത്തു നിലനിന്നില്ലെങ്കിൽ പോലും ഭൂമിശാസ്ത്രപരമായി ഇവിടെ നിലനിന്ന സമൂഹങ്ങളിലെ ബ്രാഹ്മണാധിപത്യത്തെ വിപുലമാക്കുകയെന്ന വംശീയ ദൗത്യത്തിന്റെ ഉപകരണമായിരുന്നു രാമൻ. അതായത് അധികാരവ്യവസ്ഥയുടെ ഉത്തമ പ്രതിനിധാനമായിരുന്നു, രാമരാജൻ. ചെറുകിട രാജവംശങ്ങളെയും ബ്രാഹ്മണേതര സമൂഹങ്ങളെയും കീഴടക്കിക്കൊണ്ടുമാത്രമേ, ഈ ബ്രാഹ്മണാധിപത്യം സാക്ഷാൽക്കരിക്കപ്പെടുകയുള്ളൂ. ഇത്തരത്തിൽ കീഴടക്കപ്പെടേണ്ട രാജവംശങ്ങളിൽ പ്രധാനപ്പെട്ട ഒന്നായിരുന്നു, രാവണന്റെ ലങ്കാരാജ്യം. ഐശ്വര്യ സമ്പൂർണമായ ഒരു രാജ്യമായിട്ടാണ് ലങ്ക *രാമായണ*ത്തിൽ ആവിഷ്കരിക്കപ്പെടുന്നത്. രാമന്റെ അയോധ്യയേക്കാൾ പ്രോജ്ജ്വലമായിട്ടാണ് ലങ്കയെ അവതരിപ്പിച്ചിട്ടുള്ളത്. പ്രാചീനകാലത്തുപോലും നഗരഭരണരംഗത്ത് അസൂയാവഹമായ പുരോഗതി ലങ്കാനഗരം കൈവരിച്ചിരുന്നുവെന്നു വേണം അനുമാനിക്കാൻ.

ബ്രഹ്മദേവന്റെ വരപ്രസാദം ഉണ്ടായിരുന്ന വിശ്രവസിന്റെ രാജ്യമായിരുന്നു, ലങ്ക. വിശ്രവസിനു കേകസിയിലുണ്ടായ മകനാണ് രാവണൻ. ത്രികൂടം എന്ന പർവതശിഖരത്തിൽ ഇന്ദ്രന്റെ അമരാവതിയെപ്പോലെ

വിരാജിച്ചിരുന്ന നഗരമായിരുന്നു ലങ്ക. വിശ്വകർമാവായ ബ്രഹ്മദേവൻ രാക്ഷസന്മാർക്ക് താമസിക്കുവാൻ വേണ്ടി സൃഷ്ടിച്ചതാണ് ലങ്ക എന്നാണ് *വാൽമീകിരാമായണം* പറയുന്നത്. സ്വർണനിർമിതമായ ഭിത്തികളും ആയുധസജ്ജമായ കമാനങ്ങളും ഉള്ള സുന്ദര നഗരമാണ് ലങ്ക. മഹാവിഷ്ണുവിനോടേറ്റുമുട്ടി പരാജിതരായ രാക്ഷസർ ലങ്ക വിട്ട് പാതാളത്തിൽ അഭയം പ്രാപിച്ചുവെന്നാണ് പറയപ്പെടുന്നത്. അങ്ങനെയിരിക്കെയാണ് വിശ്രവസിന്റെ പുത്രനായ ദശാനനൻ ബ്രഹ്മദേവനിൽ നിന്ന് ദിവ്യമായ വരപ്രസാദങ്ങൾ നേടുന്നത്. ഇതറിഞ്ഞ പാതാളത്തിലെ രാക്ഷസർ രാവണനോടൊപ്പം ചേർന്നു. രാവണന്റെ പിതാവായ വിശ്രവസിന്റെ മറ്റൊരു ഭാര്യയായ ഇളിബിളിയിൽ ജനിച്ച ജ്യേഷ്ഠ സഹോദരനും ലങ്കയുടെ ധനാധിപനുമായ വൈശ്രവണൻ, രാവണനെ ഭയന്ന് കൈലാസത്തിലേക്ക് പോയതോടുകൂടിയാണ് രാക്ഷസർ ലങ്കയിൽ തിരിച്ചെത്തുന്നത്. എന്നാൽ ജ്യേഷ്ഠനായ വൈശ്രവണന്റെ (കുബേരൻ) പുഷ്പകവിമാനം കൊതിച്ച രാവണൻ കൈലാസത്തിലെ അളകാപുരിയിലെത്തി ജ്യേഷ്ഠനുമായി ഘോരയുദ്ധം നടത്തി. വൈശ്രവണനെ പരാജിതനാക്കി പുഷ്പകവിമാനം പിടിച്ചെടുത്തു. ഇതിനിടയിൽ പരമശിവനിൽ നിന്ന് ചന്ദ്രഹാസവും ലഭിച്ചു, രാവണന്. അനന്തരം ലങ്കാനഗരത്തെ മോടിപിടിപ്പിക്കുകയായിരുന്നു, രാവണൻ. അസാമാന്യമായ ഒരു നഗരമായിട്ടാണ് ലങ്ക ചിത്രീകരിക്കപ്പെടുന്നത്. മുത്തുകൊണ്ടും വിവിധ വർണങ്ങളിലുള്ള പുഷ്പങ്ങളാലും അലങ്കരിക്കപ്പെട്ട രാജരഥ്യങ്ങൾ നിറഞ്ഞ നഗരമായിരുന്നു, ലങ്ക. ലങ്കയുടെ പ്രൗഢിയും മനോഹാരിതയും കണ്ട് ഹനുമാനും രാമലക്ഷ്മണന്മാരുമെല്ലാം വിസ്മയഭരിതരാവുന്നുണ്ട്. പ്രകൃതി സൗന്ദര്യത്തിന്റെ നിസ്തുലമായ മാതൃകയായിരുന്നു, ലങ്ക. ഇത്തരമൊരു ഐശ്വര്യസമ്പൂർണമായ നഗരം പക്ഷേ, രാമരാവണയുദ്ധത്തിനു ശേഷം തകർക്കപ്പെടുകയായിരുന്നു.

6

മഹാഭാരതത്തിലെ അനുപമ വ്യക്തിത്വങ്ങൾ

ദ്രൗപദി

പാഞ്ചാല രാജാവായ ദ്രുപദന്റെ മകളാണ് ദ്രൗപദിയെന്ന പാഞ്ചാലി. പാഞ്ചാലിയെ വില്ലാളിവീരനായ അർജുനനെക്കൊണ്ട് വിവാഹം കഴിപ്പിക്കണമെന്നത് ദ്രുപദ രാജാവിന്റെ ചിരകാലമോഹമായിരുന്നു. മഹാഭാരത കാലഘട്ടത്തിലെ വിവാഹ സമ്പ്രദായങ്ങളിൽ പ്രധാനപ്പെട്ട ഒന്നായിരുന്നു, സ്വയംവരം. ഇവിടെ വധുവിന് തന്റെ വരനെ സ്വയമേവ തെരഞ്ഞെടുക്കാനുള്ള സ്വാതന്ത്ര്യമുണ്ടെങ്കിലും സ്വയംവരത്തിന് ചിലപരീക്ഷണങ്ങൾ നടത്തുന്നതിനാൽ ഈ തെരഞ്ഞെടുപ്പ് അസാധ്യമാവും. കാരണം പരീക്ഷണങ്ങളിൽ വിജയശ്രീലാളിതരാവുന്ന യോദ്ധാക്കൾ വധുവിന്റെ അഭിലാഷത്തിനൊത്ത് ഉള്ളവരാവണമെന്നില്ലല്ലോ. പക്ഷേ, ഇതിഹാസങ്ങളിൽ പ്രധാനപ്പെട്ട സ്വയംവരങ്ങളില്ലെല്ലാം വധുവിന്റെ അഭിലാഷത്തെയും പരീക്ഷണ വിജയികളെയും കൂട്ടിയിണക്കുന്നതായിട്ടാണ് കാണുന്നത്. അർജുനനും ദ്രൗപദിയും തമ്മിലുള്ള വിവാഹം ഉത്തമ ഉദാഹരണമാണ്. കർണന് ദ്രൗപദിയെ വരിക്കാനുള്ള അവസരമുണ്ടായിരുന്നു. ദ്രുപത രാജാവ് സജ്ജമാക്കിയ പരീക്ഷയിൽ വിജയം വരിക്കാൻ കർണൻ ശ്രമം നടത്തിയതാണ്. കർണൻ വില്ല് കുലച്ച് അമ്പെയ്യുവാൻ ശ്രമിക്കവെ "സൂതനെ ഞാൻ വരിക്കുകയില്ല" എന്ന് പറഞ്ഞ് കർണനെ അപമാനിക്കുകയായിരുന്നു. സ്വയംവര സമ്പ്രദായത്തിൽപ്പോലും വംശീയതയും ശുദ്ധാശുദ്ധ സങ്കൽപ്പങ്ങളും എത്രത്തോളം നിർണായകമായിരുന്നുവെന്ന് വ്യക്തമാണല്ലൊ. വർണവ്യവസ്ഥയാണ് മഹാഭാരതഘട്ടത്തിലെ സ്ത്രീ—പുരുഷ പ്രണയത്തെയും വിവാഹത്തെയും നിയന്ത്രിച്ചിരുന്നത്. തനിക്ക് അനുരൂപനായ വരനെ ഒന്നുകിൽ രക്ഷിതാക്കൾ കണ്ടെത്തുക അല്ലെങ്കിൽ രക്ഷിതാക്കൾക്ക് സ്വീകാര്യമാവുന്ന വരനെ

വധു കണ്ടെത്തി ഇഷ്ടപ്പെടുക ഇതാണ് പൊതുരീതി. എന്നാൽ ബ്രാഹ്മണ-ക്ഷത്രിയേതര സമൂഹങ്ങളിലെ വിവാഹസമ്പ്രദായത്തിൽ പ്രായേണ തെരഞ്ഞെടുപ്പിനുള്ള സ്വാതന്ത്ര്യം പ്രകടമായിരുന്നു എന്നു വേണം അനുമാനിക്കാൻ. അതിസുന്ദരിയും വിനയാന്വിതയും പ്രൗഢയുമായ ഒരു സ്ത്രീ രത്നമായിട്ടാണ് വ്യാസൻ ദ്രൗപതിയെ അവതരിപ്പിക്കുന്നത്.

ദ്രൗപതിയെ വരിച്ച ശേഷം അർജുനൻ സഹോദരന്മാരോടൊപ്പം തന്റെ കുടിലിനുമുന്നിലെത്തി. "അമ്മേ ഞങ്ങൾക്കൊരു ഭിക്ഷ കിട്ടി." അത് സാധാരണ ഭിക്ഷയാണെന്നു കരുതി കുന്തി ഇങ്ങനെ പറഞ്ഞു:

"നിങ്ങളെല്ലാവരും കൂടി അനുഭവിച്ചോളൂ." തികച്ചും യാദൃച്ഛികമായ ഒരു സംഭവമാണ് ദ്രൗപദി, അഞ്ചു പേരുടെ പത്നിയാവുന്നത് എന്നു തോന്നാം. എന്നാൽ മഹാഭാരത കാലഘട്ടത്തിലെ അയവേറിയ ലൈംഗികബന്ധത്തിന്റെ സൂചനയാണിത്. പ്രതിവിന്ധ്യൻ, സുതസോമൻ, ശ്രുതകർമാവ്, ശതാനീകൻ, ശ്രുതസേനൻ എന്നിവരാണ് പാഞ്ചാലിയുടെ പുത്രന്മാർ. മഹാഭാരതകാലഘട്ടത്തിൽ പുരുഷന്മാരായിരുന്നു, സ്ത്രീകളേക്കാൾ എണ്ണത്തിൽ മുമ്പിൽ എന്നുവേണം കരുതാൻ. വളരെ സന്തുഷ്ടമായ ദാമ്പത്യജീവിതമാണ് പാഞ്ചാലി നയിച്ചത് എന്നാണ് *മഹാഭാരതം* നൽകുന്ന സൂചന. എന്നാൽ ദ്രൗപദിയുടെജീവിതം ഭൗതിക തലത്തിൽ ഏറെ പരീക്ഷണങ്ങളും യാതനകളും നിറഞ്ഞതായിരുന്നു. ലോകത്തിലേക്കേറ്റവും വലിയ അപമാനത്തിനിരയായ സ്ത്രീകഥാപാത്രമാണ് ദ്രൗപദി. നൂറുകണക്കിന് ആളുകളുടെ മുമ്പിൽവെച്ച്, തന്റെ വീരയോദ്ധാക്കളായ അഞ്ചു ഭർത്താക്കന്മാരുടേയും മുനിശ്രേഷ്ഠന്മാരുടെയും ബന്ധുമിത്രാദികളുടെയും മുമ്പിൽവെച്ച് വസ്ത്രാക്ഷേപം ചെയ്യപ്പെട്ട പാഞ്ചാലിയുടെ അപമാനം സമാനതകളില്ലാത്തതാണ്. യുധിഷ്ഠിരന്റെ ചൂതുകളി

ഭ്രാന്തിന്റെ ഇരയാവുകയായിരുന്നു അവൾ. എല്ലാം പണയംവെച്ചു തീർന്നശേഷം യുധിഷ്ഠിരൻ പാഞ്ചാലിയെയാണ് പണയ വസ്തുവായി തിരഞ്ഞെടുത്തത്. ചൂതുകളിയിൽ പരാജിതനായ യുധിഷ്ഠിരന്റെ മുന്നിൽവെച്ച് ദുര്യോധനൻ വിദുരരോട് ഇങ്ങനെ ആജ്ഞാപിച്ചു:

"പാണ്ഡവരുടെ പത്നിയായ ദ്രൗപദിയെ സഭാമധ്യത്തിൽ കൊണ്ടുവരൂ. അവളിനി എന്റെ ദാസിയാണ്."

ദുര്യോധനന്റെ അതിക്രൂരമായ ഈ വാക്കുകളേക്കാൾ നിഷ്ഠൂരമായിരുന്നു, ഭർത്താവായ യുധിഷ്ഠിരൻ തന്റെ ദൂതനോട് പറഞ്ഞത്:

"നീ കൃഷ്ണയോട് ഇങ്ങനെ അറിയിക്കൂ. തീണ്ടാരിയായിരിക്കുന്ന നീ മടിക്കുത്ത് താഴ്ത്തിക്കുത്തി ഒറ്റ വസ്ത്രം ധരിച്ച് സഭയിൽ വരിക."

അങ്ങേയറ്റം അപമാനവീകരിക്കപ്പെട്ട പുരുഷാധിപത്യപ്രത്യയശാസ്ത്രത്തിന്റെ ഇരയായി ഗത്യന്തരമില്ലാതെ ദ്രൗപദി സഭയിലെത്തി. ദുശ്ശാസനൻ അവളോടിങ്ങനെ പറഞ്ഞു:

"വരൂ ചൂതുകളിയിൽ ജയിച്ച ഞങ്ങൾ നിന്നെ നേടിക്കഴിഞ്ഞു. ലജ്ജ കൂടാതെ ദുര്യോധനനെ നോക്കൂ. ഇനിമുതൽ നീ കൗരവരുടെ ദാസിയാണ്."

ഇത് കേട്ട് ഭയന്നോടിയ പാഞ്ചാലിയെ ദുശ്ശാസനൻ ഓടിച്ചിട്ട് മുടിയിൽ പിടിച്ച് വലിച്ച് കൗരവസഭയിലേക്ക് കൊണ്ടുവന്നു. പാഞ്ചാലി ആ സമയം ഒറ്റ വസ്ത്രം മാത്രമേ ധരിച്ചിരുന്നുള്ളൂ. ദുശ്ശാസനൻ പിടിച്ചു വലിച്ചതിനാൽ ആ ഒറ്റ വസ്ത്രം അഴിഞ്ഞു. പാഞ്ചാലിയെ പൂർണ നഗ്നയാക്കാനുള്ള ദുശ്ശാസനന്റെ ശ്രമത്തെ കൃഷ്ണൻ തടഞ്ഞെങ്കിലും പാഞ്ചാലിയെ കൗരവർ ഭേദ്യം ചെയ്യുകയായിരുന്നു. ദുശ്ശാസനൻ പിടിച്ചു വലിച്ചതിനാൽ പാഞ്ചാലി സഭാമധ്യത്തിൽ കമിഴ്ന്നടിച്ചു വീണു. അപ്പോഴെല്ലാം അവളുടെ ഹൃദയത്തെ മഥിച്ചത് പാണ്ഡവർ ഇത്തരമൊരു ദുരന്തത്തിന് വഴിയൊരുക്കിയതിനെക്കുറിച്ചും, അത്യന്തം അപമാനകരമായ ഈ ദൃശ്യത്തിന് ലജ്ജാരഹിതമായി ദൃക്സാക്ഷികളാവുന്നതിനെക്കുറിച്ചും ആലോചിച്ചാണ്. കമിഴ്ന്നടിച്ചു വീണ ശരീരത്തിൽ നിന്നും രക്തമൊഴുകിയതും ഒറ്റ വസ്ത്രം നനഞ്ഞതും അവളറിഞ്ഞില്ല. നൂറുകണക്കിനു 'പുരുഷശ്രേഷ്ഠ'ന്മാരുടെ മുമ്പിൽ വച്ച് അവഹേളിക്കപ്പെട്ടിട്ടും മാനഭംഗം ചെയ്യപ്പെട്ടിട്ടും പാഞ്ചാലി ആ വിപുലമായ സദസിനെ നോക്കി ചോദിച്ച ചോദ്യങ്ങൾക്കുത്തരം പറയാൻ ആർക്കും കഴിഞ്ഞില്ല. വീരയശസ്വിയെന്ന് കൊട്ടിഘോഷിക്കപ്പെടുന്ന കർണൻ പോലും ദ്രൗപദിയെ അപമാനിച്ചു സംസാരിക്കുകയായിരുന്നു. പാഞ്ചാലിയുടെ വസ്ത്രങ്ങൾ അഴിച്ചുവാങ്ങാനാണ് കർണൻ ദുശ്ശാസനനോട് പറഞ്ഞത്. അഞ്ചു ഭർത്താക്കന്മാരുള്ളതിനാൽ പാഞ്ചാലി കുലടയാണെന്നും കുലടയെ നഗ്നയാക്കുന്നതിൽ തെറ്റില്ലെന്നുമാണ് കർണൻ പറഞ്ഞത്. കൗരവ സദസിൽ വെച്ച് ഏറ്റവും ക്രൂരവും നിന്ദ്യവുമായ വാക്കുകൾ പാഞ്ചാലിക്കെതിരെ പ്രയോഗിക്കുന്നതിൽ കർണൻ ദുര്യോധനാദികളെ കടത്തിവെട്ടി. ദുര്യോധനന്റെ സഹോദരനായ വികർണനും ഭീമനുംമാത്രമാണ് ദ്രൗപതിക്കനുകൂലമായി കൗരവ സദസിൽവെച്ച് ശക്തിയുക്തം വാദിച്ചത്. ഭീഷ്മർ തുടങ്ങിയ മഹാന്മാ

രെല്ലാം ജഡമായ ന്യായങ്ങളും ധർമതത്വങ്ങളും ഉച്ചരിച്ച് ദുര്യോധനന്റെയും ദുശ്ശാസനന്റെയും പ്രവൃത്തികളെ പ്രോത്സാഹിപ്പിച്ചു. ദുശ്ശാസനൻ അഴിച്ചിട്ട പാഞ്ചാലിയുടെ മുടി പാഞ്ചാലി വർഷങ്ങളോളം കെട്ടിവെച്ചില്ല. അതവളുടെ ഉഗ്രശപഥമായിരുന്നു. മഹാഭാരതയുദ്ധത്തിൽ ദുശ്ശാസനന്റെ മാറ് പിളർന്ന് കുടൽമാലയെടുത്തണിഞ്ഞ് സംഹാരമൂർത്തിയെപ്പോലെ അട്ടഹസിച്ച് ഭീമൻ, അവന്റെ രക്തം കൈക്കുമ്പിളിലാക്കി ദ്രൗപദിയുടെ മുടിയിൽ തേച്ചു. അങ്ങനെയാണ് പതിനാല് സംവത്സരം അഴിച്ചിട്ട തന്റെ മുടി ദ്രൗപദി കെട്ടിവെക്കുന്നത്.

മഹാഭാരതയുദ്ധത്തിൽ പാണ്ഡവർ വിജയം വരിച്ചശേഷം പാഞ്ചാലി പാണ്ഡവർക്കൊപ്പം വൽക്കലങ്ങൾ ധരിച്ച് ഹസ്തിനപുരം വിട്ടിറങ്ങി. ഹിമാലയവും കടന്നവർ യാത്രയായി. മഹാമേരുവിനെ ലക്ഷ്യമാക്കി, കൊടുംമഞ്ഞും അതിശൈത്യവുമേറ്റ് ശരീരം മരവിച്ച് പാഞ്ചാലി തന്റെ ഭർത്താക്കന്മാരെ അനുഗമിക്കുന്ന കാഴ്ച ഹൃദയഭേദകമാണ്. അധികം കഴിയാതെ അവൾ തളർന്നുവീണു. ഒന്നുതിരിഞ്ഞു നോക്കുകപോലും ചെയ്യാതെ യുധിഷ്ഠിരൻ പറഞ്ഞ വാക്കുകൾ, അയാളുടെ മനസിൽ അടക്കിവെച്ച വികാരം പ്രകടമാക്കുന്നതായിരുന്നു. പാഞ്ചാലി വീണപ്പോൾ അവൾ വീഴാനുള്ളകാരണം തിരക്കിയ ഭീമനോട് യുധിഷ്ഠിരൻ ഇങ്ങനെ പറഞ്ഞു:

“നമ്മളെല്ലാം തുല്യരായിട്ടും അർജുനനോട് അവൾക്ക് പക്ഷാപാതമുണ്ടായിരുന്നു.”

ദ്രൗപദി മനസാവരിച്ചത് അർജുനനെമാത്രമായിരുന്നുവെന്നും പാണ്ഡവരായ മറ്റുള്ളവർ അവളെ വരിച്ചത് അവളുടെ അഭിലാഷ പ്രകാരമായിരുന്നില്ലെന്നും, പുരുഷാധിഷ്ഠിത കുടുംബസങ്കൽപ്പത്തിന്റെയും ധർമശാസ്ത്രങ്ങളുടെയും പിൻബലത്തിലാണ് അത് നടന്നതെന്നും ഇവിടെ ശ്രദ്ധേയമാണ്. അതൊന്നും യുധിഷ്ഠിരന് മനസിലാക്കാൻ കഴിഞ്ഞില്ല. സ്ത്രീമനസിനുനേരെ പുരുഷാധിപത്യസമൂഹം വെച്ചു പുലർത്തിയ പ്രതിലോമ ധാരണയുടെ ഇരയായിരുന്നു, ദ്രൗപദി.

ഭീമൻ

*മഹാഭാരത*ത്തിലെ ഏറ്റവും തിളക്കമാർന്ന വ്യക്തിത്വങ്ങളിൽ ഒന്നാണ് ഭീമസേനൻ. ശാരീരികമായ കരുത്തുകൊണ്ടു മാത്രമല്ല, ജീവിതാവബോധത്തിന്റെയും ധീരതയുടെയും നിസ്തൂല മാതൃകയാണ് ഭീമസേനൻ. വായുദേവന് കുന്തീദേവിയിൽ ജനിച്ചതാണ് ഭീമൻ. ഭീമനും ദുര്യോധനനും ഒരു ദിവസം ജനിച്ചതാണ്. ഭീമൻ ജനിച്ച ദിവസം കുന്തി കുഞ്ഞിനോടൊപ്പം ഒരു പാറപ്പുറത്ത് വീണത്രെ. കുട്ടിക്ക് ഒന്നും സംഭവിച്ചില്ല. എന്നുമാത്രമല്ല, പാറ തവിടുപൊടിയായി. കുന്തി അമ്പരന്നുപോയി. ഭീമന്റെ കായബലത്തിൽ ദുര്യോധനൻ അസൂയാലുവായിരുന്നു. ചെറുപ്പത്തിലെ ഭയങ്കര വിശപ്പായിരുന്നു ഭീമന്. അതുകൊണ്ട്, വൃകോദരൻ എന്ന പേരും ഭീമനു സിദ്ധിച്ചു.

ചെറുപ്പത്തിൽ തന്നെ ഭീമനെ വധിക്കാനുള്ള പദ്ധതി ദുര്യോധനനുണ്ടായിരുന്നു. അതിന്റെ ഭാഗമായി ദുര്യോധനൻ പാണ്ഡവർക്ക് ഒരു സദ്യ ഏർപ്പാടാക്കി. ഭക്ഷണത്തിൽ വിഷം കലർത്തി ഭീമനുകൊടുത്തു. അതിനുശേഷം ഭീമനെ കയറുകൊണ്ട് ബന്ധിച്ച് ഒരു കുളത്തിൽ താഴ്ത്തി. എന്നാൽ വെള്ളത്തിൽ താണുതാണു ഭീമൻ നാഗലോകത്തിലെത്തിച്ചേർന്നു. നാഗലോകത്തെ ഉഗ്രവിഷമുള്ള നാഗങ്ങൾ ഭീമനെ ദംശിച്ചപ്പോൾ ഭീമന്റെ ശരീരത്തിലെ വിഷമിറങ്ങിപ്പോയി. അങ്ങനെ ഭീമൻ രക്ഷപ്പെട്ടു. നാഗലോകത്തിൽനിന്ന് വാസുകിയുടെ സഹായവും ഭീമനുണ്ടായിരുന്നു. നാഗലോകത്തിലെ നാഗങ്ങൾ നൽകിയ അത്യപൂർവമായ ഔഷധങ്ങൾ കുടിച്ച ഭീമന് പതിനായിരം ആനകളുടെ ബലം കൈവന്നു. അങ്ങനെ ഭീമൻ തിരിച്ചുവന്നു. ഈ സംഭവത്തിനുശേഷവും ഭീമനെ വധിക്കാനുള്ള പദ്ധതികൾ സുയോധനൻ ആവിഷ്കരിച്ചുകൊണ്ടിരുന്നു.

ഭീമൻ വിശാലമനസ്കനായ ഒരു യോദ്ധാവായിരുന്നു. അതിസുന്ദരനായിട്ടാണ് വ്യാസൻ ഭീമനെ അവതരിപ്പിക്കുന്നത്. കാട്ടിൽ പാണ്ഡവന്മാർ ഉറങ്ങുമ്പോൾ ഭീമസേനൻ അവർക്കു കാവലിരിക്കും. അങ്ങനെയിരിക്കെയാണ് ഒരു ദിവസം ഹിഡുംബി എന്ന രാക്ഷസി ഭീമനെ കാണുന്നത്. ഭീമന്റെ ആകാരസൗകുമാര്യവും സൗന്ദര്യവും കണ്ട അവൾ അനുരാഗവിവശയായി. ഇത് ഹിഡുംബിയുടെ സഹോദരനായ ഹിഡുംബനു സഹിച്ചില്ല. അവൻ ഹിഡുംബിയെ കൊല്ലാൻ മുതിർന്നു. ഭീമൻ അവനെ തടഞ്ഞു. തുടർന്നു നടന്നത് ഉഗ്രമായ യുദ്ധം. ഭീമൻ ഹിഡുംബനെ കൊന്നു. അങ്ങനെ ഭീമൻ ഹിഡുംബിയെ വരിച്ചു. അവർ ഒരുമിച്ച് മനോമോഹനമായ വനാന്തരങ്ങളിൽ രമിച്ചു. അവരുടെ പുത്രനാണ് ഘടോൽക്കചൻ. ഇതുപോലുള്ള അപൂർവ സംഭവങ്ങൾകൊണ്ട് നിറഞ്ഞതാണ് ഭീമന്റെ ജീവിതം. ബകൻ എന്ന രാക്ഷസനെ വധിച്ച സംഭവം അതിലൊന്നാണ്. ഭീമന്റെ മഹത്വം നാം ദർശിക്കുന്നത് കൗരവ സഭയിൽവെച്ച് കൗരവർ പാഞ്ചാലിയെ അപമാനിച്ചപ്പോഴാണ്. ചൂതുകളിയിൽ യുധിഷ്ഠിരൻ പാഞ്ചാലിയെ പണയം വെച്ചു. ദുര്യോധനനും ദുശ്ശാസനനും പാഞ്ചാലിയെ അപമാനിച്ചപ്പോൾ ക്രുദ്ധനായി അവരോട് സംസാരിച്ചത് ഭീമനാണ്. അവരെ മലർത്തിയടിക്കാനും പാഞ്ചാലിയെ രക്ഷിക്കാനും ശ്രമിച്ച ഭീമനെ പാണ്ഡവരൊന്നാകെ തടയുകയായിരുന്നു. ആ സംഭവം പാഞ്ചാലിയുടെ മനസിൽ ആഴത്തിൽ പതിഞ്ഞതാണ്. അതുകൊണ്ടാണ് ദുശ്ശാസനൻ അഴിച്ചിട്ട മുടി പതിനാല് സംവത്സരം കെട്ടിവെക്കാതെയിരുന്നത്. ദുശ്ശാസനന്റെ മാറിടം പിളർത്തി ഭീമസേനൻ ആ രക്തത്തിൽ തന്റെ മുടികെട്ടിത്തരുന്നതുവരെ താനിത് കെട്ടിവെക്കില്ലെന്ന് അവൾ പ്രതിജ്ഞ ചെയ്തതാണ്.

കൗരവ–പാണ്ഡവയുദ്ധവേളയിൽ അസാമാന്യമായ യുദ്ധപാടവമാണ് ഭീമസേനൻ പ്രകടിപ്പിച്ചത്. അനുപമ വൈഭവമാർന്ന ആയോധന വിദ്യകൊണ്ടനുഗൃഹീതനായ ഭീമന്റെ മുമ്പിൽ ഭീഷ്മർപോലും പതറുകയായിരുന്നു. ദ്രോണരും ഭീഷ്മരും ശല്യരും ചേർന്നാണ് ഭീമസേനനോട്

ഏറ്റുമുട്ടിയത്. ഭീഷ്മരുടെ അസ്ത്രപ്രയോഗത്തെ അതിജീവിച്ചുകൊണ്ടാണ് ഭീമൻ ദുര്യോധനന്റെ സഹോദരന്മാരോടേറ്റുമുട്ടിയത്. നൂറുക്കണക്കിനു മഹായോദ്ധാക്കളെ ഗദ കൊണ്ടടിച്ചുകൊല്ലുന്ന ഭീമന്റെ ചിത്രം അവിസ്മരണീയമാണ്. അതിഘോരമായ യുദ്ധമാണ് ഭീമൻ സുയോധനനുമായി നടത്തിയത്. സുയോധനന്റെ വില്ലുകൾ തകർത്തു കുതിരകളെ കൊന്നൊടുക്കിയ ഭീമന്റെ ശരവർഷമേറ്റ് ദുര്യോധനൻ തളർന്ന് തേരിലിരുന്നുപോയി. ജയദ്രഥൻ സഹായത്തിനെത്തിയതുകൊണ്ടാണ് ദുര്യോധനൻ തൽക്കാലം രക്ഷപ്പെട്ടത്. തന്റെ പുത്രനായ ഘടോൽക്കചന്റെ നേർക്ക് അലറിയടുത്ത ദുര്യോധനനെതിരെ നടത്തിയ യുദ്ധത്തിന് ഏറെ സവിശേഷതയുണ്ട്. കൗരവപ്പടയുടെ നല്ലൊരുഭാഗം സംഘം ചേർന്നാണ് ഭീമനെ ആക്രമിച്ചത്. ആ യുദ്ധത്തിൽ ഒമ്പതു കൗരവരെയാണ് ഭീമൻ വധിച്ചത്. ശത്രുസൈന്യത്തെ നിലം പരിശാക്കുന്ന ഒരു യോദ്ധാവിന്റെ രാക്ഷസീയതയല്ല, ഭീമനെ നിരുപമ വ്യക്തിത്വത്തിന്റെ ഉടമയാക്കുന്നത്. അധർമത്തിനു വേണ്ടി നിലകൊള്ളുന്നവരോടേറ്റുമുട്ടുന്ന മാനുഷികതയുടെ പ്രതിനിധാനമാണ് ഭീമസേനൻ. അചഞ്ചലമായ ധീരതയും മനുഷ്യത്വവുമാണ് ഭീമനെ അനശ്വര കഥാപാത്രമാക്കുന്നത്.

7

ഇലിയഡിലെ അഭൗമനായ ഹെക്തർ

ഗ്രീക്ക് ഇതിഹാസമായ *ഇലിയഡി*ലെ മഹായോദ്ധാവാണ് ഹെക്തർ. അനിതരസാധാരണമായ ആത്മബലം കൊണ്ടും ആയോധന ശേഷി കൊണ്ടും ധന്യനായ ഹെക്തറുടെ ധീരോദാത്ത പ്രകടമാക്കുന്ന *ഇലിയഡി*ലെ സന്ദർഭങ്ങൾക്ക് വല്ലാത്ത വശ്യതയുണ്ട്. അന്യദൃശ്യമായ ആഖ്യാനവൈഭവമാണ് ഹോമർ പ്രസ്തുത രംഗങ്ങൾ ആവിഷ്കരിക്കുന്നതിൽ പ്രകടമാക്കുന്നത്. മാന്ത്രികമായ ഭാവങ്ങൾകൊണ്ട് മോഹനമാണ് *ഇലിയഡി*ലെ ഹെക്തറുടെ പോരാട്ടങ്ങൾ. ഏഷ്യാമൈനറിൽ സ്ഥിതി ചെയ്യുന്ന ഒരു നഗര രാഷ്ട്രമാണ്, ഇലിയം എന്ന ട്രോയ്. ട്രോസ് എന്ന ഇതിഹാസ പുരുഷനാണത്രെ, ഈ നാട്ടുകാരുടെ പ്രമിതാമഹൻ. ട്രോസിന്റെ പുത്രനായ ഇല്ലസ് ആണ് ട്രോയ് നഗരം സ്ഥാപിച്ചതെന്ന് ഗ്രീക്കുകാർ വിശ്വസിക്കുന്നു. ദേവന്മാരാണ് ഈ നഗരം സ്ഥാപിച്ചതെന്ന ഒരു പുരാവൃത്തം നിലവിലുണ്ട്. ഈ നഗരം സ്ഥാപിച്ചതിന് ദേവന്മാർക്ക് നഗരവാസികൾ പ്രതിഫലം നൽകിയില്ലത്രെ. അങ്ങനെ, ദേവന്മാർ ഈ നഗരത്തെ ശപിച്ചുവെന്നാണ് കഥ. ട്രോജൻ രാജാവായിരുന്ന ലയോമെഡോൺ ദേവന്മാർക്ക് പ്രതിഫലം നൽകാതിരുന്നതിനാലാണത്രെ, ട്രോജൻ യുദ്ധം മുണ്ടായതും രാജ്യം തകർന്നതും.

ട്രോജൻ യുദ്ധകാലത്ത് ട്രോയ് ഭരിച്ചിരുന്നത്, പ്രിയാം എന്ന രാജാവായിരുന്നു. അദ്ദേഹത്തിന്റെ പുത്രനാണ് ഹെക്തർ (പാരിസിന്റെ സഹോദരൻ). ഹെക്തറുടെ പത്നിയാണ് ആന്ദ്രോമാക്കി. ഗ്രീക്കുസൈന്യം ട്രോയ്ക്കെതിരെ നീങ്ങിയപ്പോൾ ധീരനായ ഹെക്തർ നടത്തിയ പോരാട്ടം നിറവാർന്ന ദേശീയവികാരം അലതല്ലുന്നതായിരുന്നു. ഘോരയുദ്ധത്തിനു മുമ്പ് ഹെക്തർ തന്റെ പ്രിയ പത്നിയോടും കുഞ്ഞിനോടും വിടപറയുന്ന രംഗം *ഇലിയഡി*നെ ചേതോഹരമാക്കുന്നതാണ്. അത്യന്തം നാടകീയമായിട്ടാണ് ഹോമർ ഈ നിത്യഭാസുരരംഗം ആവിഷ്കരിച്ചിരിക്കുന്നത്.

യവന സൈന്യം ട്രോയിയുടെ തീരദേശങ്ങളിൽ നിലയുറപ്പിച്ചിരിക്കയാണ്. സ്വന്തം നാടിന്റെ രക്ഷയ്ക്കുവേണ്ടി ഹെക്തറുടെ രക്തം തിളച്ചുമറിയുകയാണ്. അടങ്ങാത്ത യുദ്ധക്കലിപൂണ്ട ഹെക്തർ, പക്ഷേ, പ്രശാന്തനും സൗമ്യനുമായിട്ടാണ് പത്നിയുടെ സമീപത്തെത്തുന്നത്. നീല ത്തിരമാലകൾ ഹർഷപുളകിതരായി ട്രോജൻ തീരങ്ങളെ തഴുകുന്ന മോഹനദൃശ്യത്തിനു പകരം രക്തദാഹികളായ സൈനികരുടെ പടയൊരുക്കമാണ് ഹെക്തറുടെ പ്രിയപത്നി കാണുന്നത്. അവൾ കൊട്ടാരത്തിന്റെ മട്ടുപാവിലിരുന്ന് ആശങ്കയോടെ ആ കാഴ്ച കാണുകയാണ്. വരാനിരിക്കുന്ന ദുരന്തങ്ങളെപ്പറ്റി ചിന്തിച്ച് അവളുടെ ഹൃദയം വേദനിച്ചു. കുഞ്ഞിനെ മാറോടു ചേർത്ത് നിൽക്കുന്ന ആന്ദ്രൊമാക്കിയുടെകണ്ണുകൾ

നിറഞ്ഞിരുന്നു. വിതുമ്പിക്കൊണ്ടവൾ യുദ്ധത്തിൽ നിന്നും പിന്മാറാൻ ആത്മസഖാവിനോടഭ്യർഥിച്ചു. യുദ്ധത്തിൽ ഹെക്ടർ ഒന്നുകിൽ പൊരുതി ജയിക്കും അല്ലെങ്കിൽ മരിക്കും. വിജയം അവളെ പ്രലോഭിപ്പിക്കിന്നില്ല. അതിൽ ആശയുമില്ല. പക്ഷേ മരണം അതവളെമാത്രമല്ല, അരുമയായ കുഞ്ഞിനെയും അനാഥമാക്കും. അവളുടെ പിതാവും സഹോദരനുമെല്ലാം നഷ്ടപ്പെട്ടു കഴിഞ്ഞു. യുദ്ധം എല്ലാം നശിപ്പിച്ചുകഴിഞ്ഞു. ഇനി ആകെ അവശേഷിക്കുന്നത് ഭർത്താവാണ്. ഹെക്ടറാണ് അവളുടെ ധൈര്യം. ഹെക്ടറാണ് അവളുടെ പ്രാണൻ. ഹെക്ടർ നഷ്ടപ്പെട്ടാൽ പിന്നെ അവൾക്ക് ജീവിതമില്ല. മലവെള്ളപ്പാച്ചിലിൽ നിറയുന്ന തടാകതീരം പോലെ അവളുടെ ഹൃദയത്തിൽ ദു:ഖം നിറഞ്ഞുതുളുമ്പി. വശ്യമനോഹരമായ നീലക്കണ്ണുകൾ ചുവന്നു തുടുത്തു. അധരങ്ങൾ വിതുമ്പി. പക്ഷേ, ഒരു ധീരയോദ്ധാവിന് തന്റെ രാജ്യത്തെ ശത്രുക്കൾ ആക്രമിക്കുമ്പോൾ പ്രിയപത്നിയുടെ കണ്ണീരുകണ്ട് പിന്തിരിയാനാവുമോ? ജനിച്ച നാൾ മുതൽ നെഞ്ചേറ്റിലാളിച്ച പ്രിയ നാട് ശത്രുക്കൾ നശിപ്പിക്കുകയാണ്. ജനങ്ങളുടെ വീടുകൾ നശിപ്പിക്കപ്പെട്ടു. മഹായോദ്ധാക്കൾ നിഷ്കരുണം കൊലചെയ്യപ്പെട്ടു. ഒരു ഭീരുവിനെപ്പോലെ പിന്മാറുന്നതിനേക്കാൾ അപമാനകരമായിട്ടൊന്നുമില്ലെന്ന് അയാളവളെ ഓർമിപ്പിച്ചു. സ്വന്തം നാടിന്റെയും അതിന്റെ പാരമ്പര്യത്തിന്റെയും കാവൽ ഭടനാണുതാൻ എന്ന് പറഞ്ഞയാൾ അവളുടെ മൃദുലമായ തോളിൽ തട്ടി. ട്രോയിക്കുവേണ്ടി സ്പന്ദിക്കുന്ന ഹൃദയമാണ് ട്രോജന്മാരുടേത്. മരണത്തെ പുഞ്ചിരിയോടെ നേരിട്ട വീരദേശാഭിമാനികളുടെ രക്തമാണ് തന്നിലും ഒഴുകുന്നത്. പക്ഷേ, അയാളുടെ ഹൃദയത്തിന്റെ അടിത്തട്ടിൽ പതഞ്ഞുവരുന്ന മറ്റൊരു ചിന്തയുണ്ടായിരുന്നു. യുദ്ധത്തിൽ താൻ മരണമടഞ്ഞാൽ തന്റെ പ്രിയപത്നി ശത്രുക്കളുടെ അടിമപ്പെണ്ണായിമാറും. യുദ്ധത്തിൽ തോറ്റവരെ അടിമകളാക്കുന്ന സംസ്കാരമാണ് ഗ്രീക്കുകാരുടേത്. വരുംവരായ്കളെക്കുറിച്ച് ചിന്തിച്ച് കൂടുതൽ അസ്വസ്ഥനാവാതെ ഹെക്ടർ തന്റെ പ്രിയമുള്ളവളോട് യാത്രചോദിച്ചു. ജീവിതത്തിൽ നിന്നും മരണത്തിലേക്കുള്ള യാത്രയായിരുന്നു അത്. അത് ഇരുവർക്കും നന്നായി അറിയാമായിരുന്നു. പക്ഷേ, അനശ്വരതയുടെ ഏതോ കിരണങ്ങൾ അയാളുടെ ശിരസിനുമുകളിൽ നൃത്തം വെക്കുന്നപോലെ; രാത്രിയുടെ ശിരസിൽ താരാഗണങ്ങൾ കിരീടം ചാർത്തുന്നപോലെ, എന്തോ ഒന്നിന്റെ പാവനമായ പ്രേരണ ഹെക്ടറിന്റെ മനസിനെ തേജോമയമാക്കിയിരുന്നു. പ്രിയതമയോടു യാത്ര പറയവേ, കൈക്കുഞ്ഞിനുനേരെ അയാൾ കൈനീട്ടി. കുഞ്ഞുഹെക്ടറിനെ കോരിയെടുത്ത് അയാൾ തെരുതെരാ ഉമ്മവെച്ചു. തന്റെ മഹിതമായ പാരമ്പര്യത്തിന്റെ ആ കാവൽ മാലാഖ, അവന്റെ അമ്മയേയും പെറ്റനാടിനേയും കണ്ണിലെ കൃഷ്ണമണിപോലെ കാത്തുരക്ഷിക്കുമെന്ന് സമാശ്വസിച്ച്, ധീരനായ ആ പടയാളി തന്റെ കൊട്ടാരത്തിന്റെ പടവുകളിറങ്ങി. ഭാവദീപ്തമായ മുഗ്ധമൂഹൂർത്തമാണ്, 'ഹൃദയത്തിൽ ദൈവത്തിന്റെ കൈയൊപ്പുചാർത്തിയ' ഹോമർ എന്ന മഹാ പ്രതിഭ, തന്റെ സമാനതകളില്ലാത്ത വാങ്മയ ബിംബങ്ങളിലൂടെ വരച്ചുവെക്കു

ന്നത്. അനശ്വരത അനശ്വരതയെ പരിരംഭണം ചെയ്യുംപോലെ പ്രകാശം ജലോപരിതലത്തെ പുഷ്പമാല്യം ചാർത്തും പോലെ, സൗരഭ്യം പൂവാടികളെ വശ്യമാക്കും പോലെ, ഹെക്തർ എന്ന വീരയോദ്ധാവിനെ ട്രോയ് രാജ്യം അതിന്റെ അദൃശ്യകരങ്ങളാൽ മുഗ്ധഹാരമണിയിച്ചു.

യോദ്ധാക്കളിൽവെച്ച് ധീരോദാത്തനായ യോദ്ധാവാണ് ഹെക്തർ. ഹെക്തറോട് ഏറ്റുമുട്ടുകയെന്നാൽ അതിസാഹസികതയാണ്. പടക്കളത്തിലിറങ്ങിയ ഹെക്തർ ശത്രുസൈന്യത്തെ വെല്ലുവിളിച്ചു. ഇടിമുക്കം പോലെ ആ വെല്ലുവിളി ശത്രുനിരയെ ഭീതിദമാക്കി. അജാക്സ് എന്നു പേരായ ഗ്രീക്കുസൈന്യാധിപനാണ് ഹെക്തറുടെ വെല്ലുവിളി സ്വീകരിച്ചത്. അങ്ങനെ ഹെക്തറും അജാക്സും തമ്മിൽ പൊരിഞ്ഞ യുദ്ധം നടന്നു. ഒരു ദിനം മുഴുവൻ നീണ്ടുനിൽക്കുന്നതായിരുന്നു ഈ യുദ്ധം ഈ യുദ്ധത്തിൽ ആരും വിജയിച്ചില്ല. ഹെക്തറെപ്പോലെതന്നെ സാഹസികനായ വീരനായിരുന്നു അജാക്സും. യുദ്ധം അവസാനിച്ച ആ സായന്തനത്തിൽ ഇരുവരും പരസ്പരം ഹസ്തദാനം ചെയ്തു പിരിഞ്ഞു. അരുണവർണങ്ങളുടെ പുഷ്പമാല്യം ചൂടി നവോഢയെപ്പോലെ പുലർകാലകന്യക യുദ്ധവീരന്മാരെ വീണ്ടും എതിരേറ്റു. ഇരുവരും യുദ്ധം തുടങ്ങി. അജാക്സിനെ കൂടാതെ ദയോമിദീസും നെസ്തറും ഹെക്തറോടു യുദ്ധം ചെയ്തു. എന്നാൽ ഹെക്തറുടെ മിന്നൽ യുദ്ധത്തിൽ യവന സൈന്യം നിഷ്പ്രഭമായി. പ്രക്ഷീണമായ യവനസൈന്യം തോറ്റോടുകയായിരുന്നു.

യുദ്ധക്കളത്തിൽ അപ്രതിഹതനായി നിൽക്കുന്ന ഹെക്തറെ നേരിടാൻ യവനയോദ്ധാക്കളിൽ ധീരനായ അഖിലസ് മുന്നോട്ടുവന്നു. രണ്ട് തീമലകൾ തമ്മിൽ പൊരുതുംപോലെ ഹെക്തറും അഖിലസും ഏറ്റുമുട്ടി. ദേവന്മാരും അപ്സരസുകളും ഗന്ധർവകിന്നരന്മാരും ഭൂമിയിലെ ഈ യുദ്ധം കണ്ടമ്പരന്നു. ഹെക്തറുടെ ഉയർച്ചയിൽ അസൂയാലുവായിരുന്ന അഥീനി ദേവത, ഈ അവസരം സമർഥമായുപയോഗിച്ചു. അഥീനി, അഖിലസിന്റെ കുന്തമുനയിലേക്ക് ഹെക്തറെ ആവാഹിച്ച് ആ വീരയോദ്ധാവിനെ വധിക്കുകയായിരുന്നു. അങ്ങനെ ലോക ഇതിഹാസങ്ങളിൽ അപൂർവ തേജസായിരുന്ന ഹെക്തർ വീരചരമം പ്രാപിച്ചു. ഹെക്തറുടെ മൃതദേഹത്തിൽ ഗ്രീക്ക് സൈന്യം സംഘം ചേർന്ന് മുറിവേൽപ്പിച്ചു. അഖിലസ് ആ വീരന്റെ മൃതദേഹം തന്റെ രഥത്തിൽ കെട്ടിവലിച്ച് തെരുവിൽ പ്രദർശിപ്പിച്ചു. അങ്ങനെ സ്വന്തം നാടിനുവേണ്ടി അവസാന തുള്ളി രക്തം ചിന്തുംവരെയും അടരാടിയ ഒരു മഹായോദ്ധാവിന്റെ ജീവിതത്തിനു നേരെ ഹോമർ യവനിക താഴ്ത്തുന്നു. വായിച്ചാലും വായിച്ചാലും മതിവരാത്ത ഹൃദയാനുഭൂതി പകർന്നു നൽകുന്നതാണ് ഹെക്തറുടെ ജീവിതകഥ.

8

ഒഡീസിയസിന്റെ മഹായാത്രകൾ

ഹോമറുടെ *ഒഡീസി*യെന്ന മഹാകാവ്യത്തിലെ കേന്ദ്ര കഥാപാത്രമാണ് ഒഡീസിയസ് (യൂലീസസ്). വിശ്വസാഹിത്യത്തിൽ വിശേഷിച്ചും പാശ്ചാത്യ സാഹിത്യത്തിൽ ഇത്രയേറെ സ്വാധീനം ചെലുത്തിയ ഇതിഹാസകഥാപാത്രങ്ങൾ അപൂർവമാണ്. ജെയിംസ് ജോയ്സിന്റെ വിശ്വവിഖ്യാതനോവലായ *യൂലീസസും* ഇതേപേരിൽ തന്നെ ഇംഗ്ലീഷ് കവി ടെന്നിസൻ രചിച്ച കവിതയും ഒഡീസിയസിന്റെ ആന്തരികഭാവങ്ങളിലേക്കുള്ള സഞ്ചാരങ്ങളാണ്. ഒഡീസിയസ് ഒരു കഥാപാത്രമെന്നതിലുപരി ഇന്നൊരു മിത്താണ്. അടങ്ങാത്ത സഞ്ചാര തൃഷ്ണതയുടെയും വിജ്ഞാന ദാഹത്തിന്റെയും അന്യൂനമായ പ്രതീകമാണ് ഒഡീസിയസ്. ഒഡീസി എന്ന നാമത്തിൽ നിന്നുമാണ് ഒഡീസിയസിന്റെ നിഷ്പത്തി. ട്രോയി രാജ്യത്തിനെതിരെ യുദ്ധം ചെയ്ത് വിജിഗീഷുവായി തിരിച്ചുവരുന്ന ഒഡിസിയസിന്റെ മടക്കയാത്രാനുഭവങ്ങളാണല്ലോ, *ഒഡീസി*യെന്ന മഹാകാവ്യത്തിന്റെ ഇതിവൃത്തം. സാലഭഞ്ജികകളും ഗന്ധർവന്മാരും പിശാചുകളും സൈക്ലോപ്സുകളും ആഭിചാരിണികളും അപ്സരസുന്ദരികളും നിറഞ്ഞുനിൽക്കുന്ന മായാപ്രപഞ്ചമാണ് *ഒഡീസി.* അൽസിനൗസ് രാജാവിന്റെ കൊട്ടാരത്തിൽ വെച്ച് ഒഡീസിയസ് വിവരിക്കുന്ന കഥകളിലെ നായകൻ ഒഡീസിയസ് തന്നെയാണ്.

പത്ത് സംവത്സരം നീണ്ടുനിന്ന യുദ്ധത്തിന്റെ ഫലമായിട്ടാണ് യവന സൈന്യം ട്രോയി നഗരം നശിപ്പിച്ച് ഹെലനെ വീണ്ടെടുക്കുന്നത്. വിലമതിക്കാനാവാത്ത രത്നങ്ങളും ആഭരണങ്ങളും അപൂർവ നിധികളും സുന്ദരിമാരായ അടിമപ്പെണ്ണുങ്ങളും അങ്ങനെ ഗ്രീക്കുസൈന്യം കവർന്നെടുത്തു. ഈ അളവറ്റ സൗഭാഗ്യങ്ങളുമായി അവർ ഗ്രീസിലേക്ക് നടത്തിയ മടക്കയാത്രയാണ് ഇതിഹാസ കൃതിയിൽ ഹൃദയഹാരിയായി വിവരിക്കപ്പെട്ടിട്ടുള്ളത്. അധിനിവേശത്തിന്റെ പ്രതിനിധാനമാണ് ഒഡീസിയസ്.

വിശ്വപ്രസിദ്ധ നാടകകൃത്തായ ഷേക്സ്പിയറുടെ, *ടെംപസ്റ്റ്*ലെ കേന്ദ്ര കഥാപാത്രമായ, 'പ്രോസ്പെരോ'യിൽ നാം ദർശിക്കുന്നത് ആധുനിക ഒഡീസിയസിനെയാണ്. ഏകാന്തമായ ഒരു അജ്ഞാത ദ്വീപിൽ എത്തുന്ന പ്രോസ്പെരോ അവിടത്തെ തദ്ദേശവാസികളായ അഥവാ ആദിവാസികളായ ഏരിയലിനെയും കാലിബനെയും അടിമകളാക്കുന്നു. ആ ഉർവര ഭൂമിയിലെ അമൂല്യ സമ്പത്തുകൾ കൊള്ളയടിക്കുന്നു. ആദിവാസികളുടെ ഭാഷ നശിപ്പിക്കുന്നു. ഇംഗ്ലീഷ് സംസ്കാരത്തിന്റെ അധിനിവേശമാണ് ഇവിടെ കാണുന്നത്. ഏഷ്യനാഫ്രിക്കൻ രാജ്യങ്ങളിൽ പാശ്ചാത്യ കൊളോണിയൻ ശക്തികൾ നടത്തിയ ഹീനമായ കൊള്ളയുടെ സാഹിതീയ പ്രതിഫലനമാണ്, *ടെംപസ്റ്റ്*. ലാറ്റിൻ അമേരിക്കൻ രാജ്യങ്ങളിൽ അമേരിക്കൻ സാമ്രാജ്യത്വം നടത്തിയ അധിനിവേശരൂപം തന്നെയാണിത്. ഇന്നും മൂന്നാം ലോക രാഷ്ട്രങ്ങൾക്കുമേൽ സാമ്രാജത്വം നടത്തിക്കൊണ്ടിരിക്കുന്ന സാംസ്കാരികവും രാഷ്ട്രീയവുമായ അധിനിവേശത്തിന്റെ പ്രതിരൂപമാണ്, പ്രോസ്പെരോ. ഈ ഷേക്സ്പിയർ കഥാപാത്രത്തിന്റെ ആദിരൂപമായി(prototype)നമുക്ക് ഒഡീസിയസിനെ കാണാവുന്നതാണ്. ധീരോദാത്തത, വീരസാഹസികത്വം തുടങ്ങിയ വിശേഷണങ്ങളിൽ വലിയൊരളവോളം അടങ്ങിയിരിക്കുന്നത് ആധിപത്യവാഞ്ഛയാണ്.

ഒഡീസിയസിന്റെ പുറപ്പാടുതന്നെ, അധിനിവേശത്തിൽ നിന്നാണ്. ഒരു കൊച്ചുരാജ്യത്തെ അളവറ്റ സമ്പത്ത് കൊള്ളയടിച്ചും അവിടത്തെ അടിമപ്പെണ്ണുങ്ങളെ കവർന്നെടുത്തുമാണ് ഒഡീസിയസിന്റെ യാത്ര ആരംഭിക്കുന്നത്. ആ യാത്രയുടെ ആദ്യഘട്ടത്തിൽ 'സൈകോണുകൾ എന്ന ആദിവാസികൾ (ഇവരെയൊക്കെ കിരാതന്മാരും രാക്ഷസൻമാരുമായിട്ടാണ് ഇതിഹാസങ്ങൾ ചിത്രീകരിക്കുന്നത്) അധിവസിക്കുന്ന ദ്വീപി

ലെത്തി. നിഷ്കളങ്കരായ ആ ജനങ്ങളെ ഒഡീസിയസും സൈന്യവും കൊന്നൊടുക്കുകയും അവരുടെ സമ്പത്ത് കൊള്ളയടിക്കുകയും ചെയ്തു. അധിനിവേശത്തിന്റെ മഹാപ്രയാണമാണ് ഒഡീസിയസ്. ഇത്രയും അധിനിവേശകനായ ഒരു കഥാപാത്രത്തെ ആദർശവൽക്കരിക്കുന്ന കൃതിയാണ് ഒഡീസി. അങ്ങനെ അധിനിവേശത്തെ ആദർശവൽക്കരിക്കുന്ന ഒരു കൃതി എങ്ങനെ മഹത്തരമാകുമെന്ന സംശയം വായനക്കാർക്കുണ്ടാകും. പക്ഷേ, അധിനിവേശത്തിന്റെ വഴികളെയും അതിന്റെ സ്വഭാവത്തെയും സൂക്ഷമമായി ആവിഷ്കരിച്ച് അത് മനസസിലാക്കാൻ സാഹിത്യകൃതികൾ തമ്മെ സഹായിക്കുന്നു. അത്തരത്തിൽ ഈ കഥാപാത്രങ്ങളെയും കഥാസന്ദർഭങ്ങളെയും വിശകലനം ചെയ്യുമ്പോൾ നമ്മുടെ സാഹിത്യാസ്വാദനശക്തി വികസിക്കുന്നു. സാഹിത്യത്തിലെ പുരോഗമന ഉള്ളടക്കത്തെപ്പറ്റിയുള്ള പാഠങ്ങൾ നിർമിക്കാൻ അത് സഹായകമാകുന്നു.

സൈകോണുകൾ കൊന്നൊടുക്കിയ ഒഡീസിയസ് സൈന്യം പിന്നീടെത്തിപ്പെടുന്നത് മറ്റൊരു ദ്വീപിലാണ്. അവിടെഎത്തുന്ന ഒഡീസിയസിനെ അവിടത്തെ ഭീകരരൂപികൾ ആക്രമിക്കുന്നു. 'സൈക്ലോപ്സ്' എന്നു പേരായ ഒറ്റക്കണ്ണന്മാരുടെ ദ്വീപ് ആയിരുന്നു അത്. ആ രാക്ഷസന്മാരിൽ നിന്നും രക്ഷപ്പെട്ട ഒഡീസിയസ് തന്റെ യാത്ര പുനരാരംഭിച്ചു. പിന്നീട് ഒഡീസിയസ് എത്തുന്നത് അതിഭീകരന്മാരായ നക്തഞ്ചരന്മാരുടെ വാസസ്ഥലങ്ങളിലാണ്. ലോകത്തിന്റെ വിഭിന്നമായ ആവാസ കേന്ദ്രങ്ങൾ കാണാനും അറിയാനുമുള്ള അടങ്ങാത്ത ത്വരയാണ് ഒരു അർഥത്തിൽ പറഞ്ഞാൽ ഒഡീസിയസിന്റെ സഞ്ചാരം. നരഭോജികളായ രാക്ഷസന്മാരുടെയും മനോമോഹിനികളായ അപ്സരസുന്ദരികളുടെയും മാണിക്യ ദ്വീപുകളും അലയാഴികളും താണ്ടിയുള്ള ഒഡീസിയസിന്റെ സഞ്ചാരത്തിനു സമാനമായ മറ്റൊന്നില്ല. ലോകത്തിലൊരു സാഹിത്യസൃഷ്ടിയിലും ഇതിനു സമാനതകളില്ല. യാത്രകൾ എന്നാൽ ഒഡീസിയസിനു ജീവിതമാണ്. തന്റെ സുദീർഘമായ സഞ്ചാരത്തിനിടയിൽ ഓരോ ദ്വീപു കാണുമ്പോഴും ഒഡീസിയസ് അവിടെയിറങ്ങി ഭക്ഷണം ശേഖരിച്ചശേഷം നടത്തുന്ന വനയാത്രയാണ് ശ്രദ്ധേയം. സ്വന്തം നാട്ടിൽ തിരിച്ചെത്താനുള്ള ഉദ്വേഗത്തെക്കാൾ കഠിനമാണ് ഒഡീസിയസിലെ സഞ്ചാരമോഹം (wanderlust).സ്വന്തം നാട്ടിൽ തിരിച്ചെത്തിയ ഒഡീസിയസ് കുറച്ചുകാലം കഴിഞ്ഞ് അധികാരം പുത്രനെ ഏൽപ്പിച്ച് വീണ്ടും ലോകയാത്ര നടത്തുന്നിടത്താണ് നാം ശരിക്കും ഒഡീസിയസിനെ മനസിലാക്കുന്നത്. കാരണം ഒഡീസിയസിന്റെ ലോകയാത്രയിൽ കാണാത്ത ഭൂവിഭാഗങ്ങളില്ല, കാണാത്ത മനുഷ്യരില്ല. അത്ഭുതജീവികളെയും മനുഷ്യാതീതശക്തികളെയും നേരിട്ടുകൊണ്ടാണ് ഒഡീസിയസ് ജൈത്രയാത്ര നടത്തുന്നത്. ഈ മഹത്തായ ജൈത്രയാത്രയിൽ ഒഡീസിയസ് നേടിയ അനുഭവങ്ങൾ വിവരണാതീതമാണ്. എന്നിട്ടും തിരയടങ്ങാത്ത മനസുമായി ലോകത്തിന്റെ അനന്തതയിലേക്ക് സഞ്ചരിക്കുന്ന ഒഡീസിയസ് ഒരു കഥാപാത്രം മാത്രമല്ല; ഒരു മിത്തിക്കൽ മനസാണ്, അനന്തതയെക്കുറിച്ചുള്ള മനുഷ്യമനസിന്റെ സങ്കൽപ്പത്തിന്റെ ഏറ്റവും ജ്വലിക്കുന്ന രൂപം.

9 789382 8088

Printed by Libri Plureos GmbH in Hamburg,
Germany